இளவரசன்
(தி பிரின்ஸ்)

உலகில் வாசிக்க வேண்டிய 100 நூல்களில் முக்கியமான
"The Prince" நூலின் தமிழாக்கம்

நிக்கோலோ மாக்கியவெல்லி
ஆங்கிலத்தில்: W. K. மேரியட்

தமிழில்: **குகன்**

We Can Books

இளவரசன் (தி பிரின்ஸ்)

நிக்கோலோ மாக்கியவெல்லி

ஆங்கிலத்தில்: W. K. மேரியட்

தமிழில்: குகன்©

முதற் பதிப்பு: ஜனவரி 2024

அட்டை வடிவமைப்பு: சந்தோஷ் கொளஞ்சி

வி கேன் புக்ஸ் வெளியீட்டு எண்: 26

WE CAN BOOKS (Imprint of WE CAN SHOPPING)

OFFICE :
3A, Dr. Ram Street, Nelvayal Nagar,
Perambur, Chennai - 600 011.
Cell: 9003267399

SHOW ROOM:
Flat No.3 (Ground Floor),
Meenakshi Sundaram Flats
Old Door No.11, New Door No. 33
Sivaji Street, T.Nagar, Chennai - 600 017.
Cell: 9940448599
E-mail:wecanshopping@gmail.com
website: www.wecanshopping.com
ISBN: 978-81-962080-3-5

பக்கம்: 154

விலை: ரூ. 170

ஆசிரியரைப் பற்றி 6

அத்தியாயம் I
எத்தனை வகையான கொள்கைகள் உள்ளன,
அவை எதன் மூலம் பெறப்படுகின்றன 9

அத்தியாயம் II
பரம்பரைக் கோட்பாடுகள் பற்றி 10

அத்தியாயம் III
கலப்புக் கோட்பாடுகள் பற்றி 12

அத்தியாயம் IV
அலெக்சாண்டரால் கைப்பற்றப்பட்ட டேரியஸ் ராஜ்ஜியம்,
அவரது மரணத்திற்குப் பின் அலெக்சாண்டரின்
வாரிசுகளுக்கு எதிராக ஏன் கிளர்ச்சி செய்யவில்லை 24

அத்தியாயம் V
நாடுகள் இணைக்கப்படுவதற்கு முன்பு அவற்றின்
சொந்தச் சட்டங்களின் கீழ் வாழ்ந்த நகரங்கள் அல்லது
அந்த நாட்டை ஆட்சி செய்வதற்கான
கொள்கைகளைப் பற்றி 28

அத்தியாயம் VI
இளவரசன் தனது சொந்த ஆயுதங்கள், திறமையால்
பெறப்படும் புதிய நாடுகளைப் பற்றி 31

அத்தியாயம் VII
மற்றவர்களின் பலத்தால் அல்லது நல்ல அதிர்ஷ்டத்தால்
பெறப்பட்ட புதிய நாட்டைப் பற்றி 37

அத்தியாயம் VIII
தவறான வழிகளில் வெற்றிபெற்ற நாடுகளைப் பற்றி 48

அத்தியாயம் IX

மக்களால் தேர்வு செய்யப்பட்ட இளவரசன் பற்றி 55

அத்தியாயம் X

இளவரசனால் ஆளப்படும் நாட்டின் வலிமையும் அதை அளவிடப்பட வேண்டிய வழியைப் பற்றி 61

அத்தியாயம் XI

திருச்சபை குருக்களால் ஆளப்படும் நாடுகளைப் பற்றி 65

அத்தியாயம் XII

எத்தனை வகையான இராணுவம் உள்ளது, அதற்கான ஊதியம் பற்றி 69

அத்தியாயம் XIII

இளவரசனின் துணைப் படைகள், கலப்புப் படைகள் மற்றும் சொந்தப் படைகளைப் பற்றி 77

அத்தியாயம் XIV

இது போர்க் கலையின் தலைப்பில் ஒரு இளவரசரைப் பற்றியது 83

அத்தியாயம் XV

எதற்காக மனிதர்கள், குறிப்பாக இளவரசர்கள் பாராட்டப்படுகிறார்கள் அல்லது குற்றம் சாட்டப்படுகிறார்கள் என்பது பற்றிய விஷயங்கள் 87

அத்தியாயம் XVI

தாராளமயம் பற்றியும், தாராளமற்ற நிலைமை பற்றியும் 90

அத்தியாயம் XVII

கொடுமை, கருணை பற்றி, மேலும் பயப்படவைப்பதை விட நேசிப்பது சிறந்ததா 94

அத்தியாயம் XVIII

எந்த வழிகளில் இளவரசர்கள் நம்பிக்கையைத் தக்க வைத்துக்கொள்ள வேண்டும் என்பதைப் பற்றி 99

அத்தியாயம் XIX

இளவரசன் இகழப்படுவதையும், வெறுக்கப்படுவதையும்
தவிர்ப்பது பற்றியது — 104

அத்தியாயம் XX

இளவரசன் அடிக்கடி பயன்படுத்தும் கோட்டைகள்
மற்றும் பிற இடங்கள் அவனுக்குச் சாதகமானதா
அல்லது தீங்கு விளைவிப்பதா? — 119

அத்தியாயம் XXI

ஓர் இளவரசர் புகழ் பெற எப்படி நடந்துகொள்ள
வேண்டும் — 125

அத்தியாயம் XXII

இளவரசர்களின் பணியாட்களைப் பற்றி — 131

அத்தியாயம் XXIII

முகஸ்துதி செய்பவர்கள் எப்படித் தவிர்க்கப்பட
வேண்டும் — 134

அத்தியாயம் XXIV

இத்தாலியின் இளவரசர்கள் ஏன்
தங்கள் நாட்டை இழந்தனர் — 138

அத்தியாயம் XXV

ஒரு மனித விவகாரங்களில் அதிர்ஷ்டம் என்ன
விளைவை ஏற்படுத்தும் மற்றும் அதை எப்படி
எதிர்கொள்வது — 141

அத்தியாயம் XXVI

காட்டுமிராண்டித்தனத்திலிருந்து இத்தாலி விடுதலை
பெறுவதற்கான ஓர் அறிவுரை — 146

ஆசிரியரைப் பற்றி

நிக்கோலோ மாக்கியவெல்லி எனச் சுருக்கமாக அறியப்படும் நிக்கோலோ டி பர்னாடோ டெயி மாக்கியவெல்லி (Niccolò di Bernardo dei Machiavelli – மே 3, 1469 – சூன் 21, 1527) ஓர் இத்தாலிய அரசியல் ஆலோசகர், இசைக் கலைஞர், கவிஞர், நாடகாசிரியருமாகத் திகழ்ந்தவர்.

15–ஆம் நூற்றாண்டு – ஐரோப்பாவில் அரசாங்கத்துக்கும், மதகுருமார்களுக்கும் இடையில் ஏற்பட்ட கருத்து வேறுபாடுகள் கொஞ்சம் கொஞ்சமாகக் குழப்பங்களுக்கும், மோதல்களுக்கும் வித்திட்ட காலம். இதே நேரத்தில் இத்தாலியிலுள்ள ப்ளோரன்டின் மாநிலத்தில் ஒரு நடுத்தரக் குடும்பத்தில் மூன்றாவது மகனாக 1469–ஆம் ஆண்டு பிறந்தார் நிக்கோலோ மாக்கியவெல்லி. புத்தகங்கள் வாசிக்கும் பழக்கம் குடும்பத்தில் அனைவருக்கும் இருந்ததால், இளம் வயதிலேயே துசிடிடிஸ், பிளாட்டோ, அரிஸ்டாட்டில் போன்ற அறிஞர்களின் தத்துவங்களை ஆழ்ந்து கற்றுக்கொண்டார். அதைத் தொடர்ந்து விரைவில் அரசுப் பணியில் ஆலோசகராகவும் இணைந்தார்.

1498–ஆம் ஆண்டு முதல் 1512–ஆம் ஆண்டுவரை ப்ளோரன்டின் அரசுக்கு அரசியல் ஆலோசகராகவும், சில வருடங்கள் ராணுவ ஆலோசகராகவும் பணியாற்றினார். புகழ்பெற்ற ஓவியர் லியனார்டோ டா வின்சியுடன் இணைந்து பணியாற்றிய அனுபவமும் இவருக்கு உண்டு. 1503 – 1506 ஆகிய ஆண்டுகளில் ராணுவப் பொறுப்பில் இருந்த இவர் 'பைசா' நகரத்தினை 1509–ஆம் ஆண்டு தோற்கடித்தார்.

இதன் பின்னணியில் இவரும், டா வின்சியும் இணைந்து ஓராண்டுக்கு முன்னதாக அந்நகரத்துக்குத் தண்ணீர் வரும் தடங்களை எல்லாம் அடைத்தார்கள் என்பது போன்ற கதைகளும் உண்டு.

சூரியனாகவே இருந்தாலும் மாலை நேரத்தில் அஸ்தமித்துத்தானே ஆகவேண்டும். 1512–ஆம் ஆண்டு ப்ளோரன்டின் அரசு வீழ்ந்தது. மாக்கியவெல்லி சிறைக் கைதியானார். 1513–ஆம் ஆண்டு Strappado என்னும் கொடுமையான தண்டனையை 22 நாள்கள் அனுபவித்தார். அதனால், அவருடைய கை எலும்பு மூட்டுகள் வெகுவாகப் பாதிக்கப்பட்டன. விடுதலை செய்யப்பட்ட பிறகு சில நாள்கள் வீட்டிலேயே ஓய்வெடுத்தார்.

இவருடைய 'இளவரசன்' (The Prince) என்னும் ஒரு ஆக்கத்துக்காகவே உலகப் புகழ் பெற்றார். இது சில வேளைகளில் உண்மையான அரசியல் கோட்பாடு எனக் குறிப்பிடப்படுவது உண்டு. இந்த ஆக்கமும், விரிவான இன்னொரு ஆக்கமான லெவி பற்றிய சொற்பொழிவுகள் (Discourses on Living) மற்றும் ஃபிளோரன்சின் வரலாறு (History of Florence) என்னும் ஆக்கமும் அவர் இறந்த பின்னர் 1530களிலேயே வெளியிடப்பட்டது.

ஆறு நூற்றாண்டுகளுக்கு முன்பு எழுதப்பட்ட 'இளவரசன்' (The Prince) நூல் இன்றுவரை அறிவுஜீவிகளை ஆட்டிப் படைக்கிறது என்றால் மாக்கிய வெல்லியின் தாக்கம் எவ்வளவு பெரியது என்று நாம் அறிந்துகொள்ளலாம்.

அத்தியாயம் I.

எத்தனை வகையான கொள்கைகள் உள்ளன, அவை எதன் மூலம் பெறப்படுகின்றன

அனைத்து நாடுகளும், அனைத்து அதிகாரங்களும் குடியரசுகளால் அல்லது இளவரசுகளால் அதிகாரம் செய்யப்படுபவை.

இதில் இளவரசுகள் என்றால் ஒரே குடும்ப ஆட்சியில் நீண்ட காலமாக நிறுவப்பட்டதாக இருக்கும்; அல்லது புதியவர்களால் ஆளப்படுவதாக இருக்கும்.

புதிய இளவரசனின் ஆட்சி என்றால் பரம்பரைப் பின்புலம் இல்லாமல் முற்றிலும் புதிய இளவரசனின் ஆட்சி. உதாரணத்திற்கு, மிலன் முதல் ஃபிரான்செஸ்கோ ஸ்ஃபோர்சா (Francesco Sforza) வரை அல்லது நேபிள்ஸ் ராஜ்ஜியம் ஸ்பெயின் மன்னரின் ராஜ்ஜியத்தைப் போல, ஆட்சியைப் பெற்ற இளவரசரின் பரம்பரை மாநிலத்துடன் இணைக்கப்பட்ட நாடுகள்.

இப்படி இணைக்கப்பட்ட நாட்டின் ஆதிக்கங்கள் ஒன்று இளவரசனின் கீழ் இருக்க வேண்டும் அல்லது சுதந்திரமாக வாழ வேண்டும்; இந்த ஆதிக்கத்தை இளவரசன் தனது கைகளாலோ அல்லது மற்றவர்களின் கைகளாலோ அல்லது அதிர்ஷ்டத்தினாலோ அல்லது தனது திறனாலோ பெறப்பட்டதாக இருக்கும்.

அத்தியாயம் II

பரம்பரைக் கோட்பாடுகள் பற்றி

*கு*டியரசுகள் பற்றிய அனைத்து விவாதங்களையும் விட்டுவிடுகிறேன். இதைப் பற்றி வேறொரு இடத்தில் நாம் விரிவாகப் பேசலாம். நான் இளவரசர்களால் ஆளப்படும் நாடுகள் எப்படி இருக்க வேண்டும் என்பதைக் கூறப் போகிறேன். மேலும், அத்தகைய சமஸ்தானங்கள் எவ்வாறு ஆளப்பட வேண்டும், பாதுகாக்கப்பட வேண்டும் என்பதைப் பற்றியும் விவாதிக்கப் போகிறேன்.

இந்த இடத்தில் ஒன்றைச் சொல்லிக்கொள்கிறேன். பரம்பரை பரம்பரையாக ஆட்சி செய்யும் நாடுகளில் இளவரசனுக்குக் குறைவான சிரமங்கள் உள்ளன. மேலும் மக்கள் புதிய ஆட்சியாளர்களை விட இளவரசனின் குடும்பத்துடன் நீண்டகாலமாகப் பழகியவர்கள். ஏனென்றால், தனது முன்னோர்களின் பழக்கவழக்கங்களை மீறாமல் இருப்பதும், சூழ்நிலைகள் எழும்போது விவேகத்துடன் கையாள்வதும் மட்டுமே போதுமானது. ஒரு சராசரி சக்திகள் கொண்ட இளவரசன் தனது நாட்டைத் தக்க வைத்துக்கொள்ள, அசாதாரணமான அதிகப்படியான சக்தியை இழக்காத வரையில் எந்தப் பிரச்சினையும் இல்லை. மேலும் அவர் நாட்டை இழந்துவிட்டால், அபகரிப்பவருக்கு ஏதேனும் தீமை நடந்தாலும் அவரால் இழந்த நாட்டை மீண்டும் பெற முடியும்.

உதாரணமாக, இத்தாலியில் ஃபெராரா (Ferrara) பிரபுவை எடுத்துக்கொள்ளலாம். 84-இல் வெனிஷியர்களின் தாக்குதலை எதிர்கொள்ள முடியாத அரசன், 10-இல் போப் ஜூலியஸ்ஸைப் போல் தனது ஆட்சியை நீண்ட நாட்கள் காக்கமுடியவில்லை. பரம்பரையாக ஆளும் இளவரசன் தனது மக்களைத் துன்பப்படுத்தக் காரணங்கள் மிகவும் குறைவு. அதனால், அவர் மக்களால் அதிகமாக நேசிக்கப்படுவார்; அசாதாரணமான தீமைகள் நடக்காத வரையில், அவருடைய குடிமக்கள் இயற்கையாகவே அவரிடம் நல்ல முறையில் நடந்துகொள்வார்கள் என்று எதிர்பார்ப்பது நியாயமானது; ஆனால், அவரது ஆட்சியின் பழங்காலத்திலும் கால அளவிலுள்ள நினைவுகளில் மாற்றங்கள் அல்லது அதன் நோக்கத்திற்கான மாற்றங்கள் செய்யும்போது பரம்பரையாக ஆளும் இளவரசன் மக்களிடம் நன்மதிப்பை இழக்கிறான். ஏனெனில் ஒரு மாற்றமானது மற்றொரு மாற்றத்திற்கு வழி வகுக்கும்.

அத்தியாயம் III

கலப்புக் கோட்பாடுகள் பற்றி

இளவரசனுக்கு ஆளப் போகும் புதிய நாட்டில் கூட ஒரு சில சிரமங்கள் இருக்கிறது. முதலாவதாக, இது முற்றிலும் புதியதாக இல்லாமல் வேறொரு நாட்டின் ஒரு பகுதியாக இருந்து, தற்போது புதிய நாட்டில் ஒரு பகுதியாகச் சேர்க்கப்பட்டுள்ளதால் அதைக் கலப்பு என்று அழைக்கலாம். இதுபோன்ற மாற்றங்களால் புதிய நாட்டால் இளவரசனுக்குள்ள உள்ளார்ந்த சிரமத்திலிருந்து எழுகின்றன. ஏனென்றால், மக்கள் தங்கள் ஆட்சியாளர்களை விருப்பத்துடன் மாற்றிக்கொள்கிறார்கள். தங்களைத் தாங்களே மேம்படுத்திக்கொள்ள முடியுமென்று நம்புகிறார்கள். இதில் அவர்கள் ஏமாற்றப்பட்டால், ஆட்சி செய்பவருக்கு எதிராக ஆயுதம் ஏந்துவதற்குத் தூண்டுதலாக அமைகிறது. ஏனென்றால் அவர்களின் அனுபவத்தால் தங்கள் நிலைமை மோசமாக இருந்து மிகவும் மோசமாகிவிட்டதாகக் காண்பார்கள். இப்படிப் புதிதாகச் சேர்த்துக்கொள்ளப்பட்ட பகுதியின் மக்களின் எதிர்பார்ப்புகள் மிக அதிகமாக இருப்பதால் புதிதாக வந்த இளவரசனுக்குப் பெரிய சுமையாக இருக்கிறது. அவர்களை ஒழுங்குபடுத்தச் சில கஷ்டங்களை அவர்களின் மீது சுமத்த வேண்டியதாக இருக்கிறது.

இப்படியாக, அந்த ராஜ்ஜியத்தைக் கைப் பற்றிக் காயப்படுத்திய அனைவரிடத்திலும் உங்களுக்கு எதிரிகள் இருக்கிறார்கள். அந்த இடத்தைக் கைப்பற்ற உதவிய நண்பர்களை அவர்கள் எதிர்பார்த்த விதத்தில் உங்களால்

திருப்திப்படுத்த முடியாததால், அவர்களை உங்களால் தக்கவைக்க முடியாது. அவர்களிடம் நன்றிக் கடன் பட்டிருப்பதால் அவர்களுக்கு எதிரான நடவடிக்கைகளை எடுக்க முடியாது. ஏனெனில், ஒருவர் ஆயுதப் படைகளில் மிகவும் பலமாக இருந்தாலும், மாகாணத்திற்குள் நுழையும்போது, அங்கிருக்கும் பூர்வீக மக்களின் நன்மதிப்பைப் பெறுவது அவசியம்.

இந்தக் காரணங்களுக்காகத்தான் பிரான்சின் அரசர் பன்னிரண்டாம் லூயிஸ், மிலனை விரைவாக ஆக்கிரமித்து, பின்பு அதே வேகத்தில் அதை இழந்தார். முதல் முறையாக அந்த இடத்தைக் கைப்பற்றுவதற்கு லோடோவிகோவின் படைகள் மட்டுமே தேவைப்பட்டன. ஏனென்றால், அவரின் படையெடுப்பில் வழிகாட்டியாக இருந்தவர்கள் தங்களின் எதிர்கால நன்மைக்காக ஏமாற்றிக் கொண்டிருந்தார்கள். புதிய இளவரசன் அவர்களிடத்தில் மோசமாக நடந்துகொண்டார். அதனால், அந்த இளவரசனுக்கு எதிராகக் கிளர்ச்சி நடந்து அவர் வெளியேற்றப்பட்டார். ஆனால், அவர் மிலனை இரண்டாவது முறை நிகழ்ந்த கிளர்ச்சியின்போது மாகாணங்களைக் கைப்பற்றிய பிறகு, அவற்றை எளிதில் இழக்கக்கூடாது என்று உறுதியாக இருந்தார். தனக்கெதிராகக் கிளர்ச்சி செய்பவர்களை வெளியேற்றினார். சிறிது கூடத் தயக்கமின்றி குற்றவாளிகளைத் தண்டித்தார். சந்தேகத்திற்குரிய நபர்களை அகற்றவும், தான் பலவீனமான பகுதியில் தன்னைப் பலப்படுத்திக்கொண்டான். இவ்வாறு முதன்முறையாக பிரான்ஸ் மிலனை இழப்பதற்கு டியூக் லோடோவிகோ* எல்லைப் பகுதியில் கலகம் செய்யப் போதுமானதாக இருந்தது. ஆனால், இரண்டாவது முறையாக இழக்கச் செய்ய உலகம் முழுவதையும் படைகள் திரண்டு வந்து அவருடையை இராணுவத்தைத் தோல்வியடையச் செய்து இத்தாலியிலிருந்து வெளியேற்ற வேண்டியதாக இருந்தது.

---

*. டியூக் லோடோவிகோ (Duke Lodovico) - லோடோவிகோ மோரோ என்பவர் ஃபிரான்செஸ்கோ ஸ்ஃபோர்ஸாவின் மகன். அவர் பீட்ரைஸ் டி'எஸ்டேவை மணந்தார். அவர் 1494 முதல் 1500 வரை மிலனை ஆட்சி செய்து, 1510-இல் இறந்தார்.

இவ்வாறு மிலன் இரண்டாவது முறையாக ஃப்ரான்சிலிருந்து மீட்கப்பட்டது. முதல் முறை மீட்கப்பட்டதற்குப் பொதுவான காரணங்கள் விவாதிக்கப்பட்டுள்ளன. இரண்டாவது முறையாகக் கைப்பற்றுவதற்குச் சொல்லப்பட்ட முக்கியக் காரணம் பிரான்ஸ் மன்னரைக் காட்டிலும் வேறு மன்னர் கைப்பற்றி யிருந்தால் மிலன் பகுதியை மிகவும் பாதுகாப்பாகப் பராமரித்திருப்பார் என்பதுதான்!

இளவரன் கைப்பற்றிய நாட்டைத் தனது பாரம்பரிய நாட்டுடன் இணைக்கும்போது அந்தப் பகுதி மக்களின் பழக்கங்கள், மொழி, பண்பாடு என அனைத்தும் தனது நாட்டைப் போலவே இருந்தாலும் அவர்கள் கைப்பற்றப்பட்ட பகுதியாகவே பார்க்க வேண்டும். கைப்பற்றப்பட்ட பகுதி சுயராஜ்யத்திற்குப் பழக்கமில்லாதபோது சுலபமாகத் தக்க வைக்க வேண்டுமென்றால், அதை ஆண்ட முந்தைய இளவரசனின் குடும்பத்தை அழித்தாலே போதும். ஏனென்றால், இரண்டு வெவ்வேறு மக்கள் தங்கள் பழக்கவழக்கத்தில் ஒன்றாக இருந்தாலும், தங்களைப் பாதுகாத்துக் கொண்டு வாழ அமைதியாகப் போவார்கள். இது பிரிட்டானி, பர்கண்டி, காஸ்கனி மற்றும் நார்மண்டி போன்ற நாடுகள் நீண்ட காலமாக ஃப்ரான்சுடன் பிணைக்கப்பட்டதை உதாரணமாகச் சொல்லலாம். மொழியில் சில வேறுபாடுகள் இருந்தாலும், பழக்கவழக்கங்கள் ஒரே மாதிரியாக இருக்கும். மக்கள் எளிதில் பழகி அங்கு வாழ முடிந்தது. ஒரு இளவரசன் கைப்பற்றிய நாட்டைத் தக்க வைத்துக்கொள்ள விரும்பினால், இரண்டு விஷயங்களை மனத்தில் கொள்ள வேண்டும். ஒன்று, அவர்களின் முன்னாள் இளவரசன், மன்னர் குடும்பத்தை அழித்துவிடுவது. மற்றொன்று, அவர்களின் முந்தைய சட்டங்களிலோ அல்லது பழக்கவழக்கத்திலோ மாற்றங்கள் செய்யக்கூடாது. அப்போதுதான் மிகக் குறுகிய காலத்தில் அந்த மக்கள் பாரம்பரிய நாட்டோடு தங்களை இணைத்துக்கொள்வார்கள்.

ஆனால் மொழி, பழக்கவழக்கங்கள், சட்டங்கள் என எல்லோரும் வேறுபட்ட ஒரு நாட்டைக் கைப்பற்றும்போது சில சிரமங்கள் உள்ளன. அவற்றைத் தக்கவைத்துக்

கொள்ள அதிர்ஷ்டமும் தேவைப்படுகிறது. அதைவிட மிகப்பெரிய வலிமை தேவைப்படுகிறது. அதற்கு அந்த இளவரசன் அங்கு சென்று வசிக்க வேண்டும். இதனால் அவரது பதவியை அது மேலும் பாதுகாப்பானதாகவும் நீடிக்கச் செய்யும். துருக்கி அரசர்கள் கிரேக்கத்தை அப்படித்தான் தக்கவைத்துக்கொண்டார்கள். அந்த அரசை தக்கவைத்துக்கொள்வதற்காகப் பல நடவடிக்கைகளும் இருந்தபோதிலும், அவர் அங்கு குடியேறவில்லை என்றால் அதைத் தக்கவைத்திருக்க முடியாது. ஏனெனில், ஒருவர் அந்த இடத்திலேயே இருந்தால், அங்கு தோன்றும் கோளாறுகளை விரைவாகச் சரிசெய்ய முடியும். புதிய இளவரசன் அங்கு இல்லையென்றால் அவரின் பெயரைப் பயன்படுத்தி அவருடைய அதிகாரிகள் கொள்ளையடிக்கலாம், தவறு செய்யலாம். இளவரசன் அங்கிருந்தால் குடிமக்கள் உடனடியாக அணுகி திருப்தி அடைவார்கள். இதனால், நல்லவராக இருக்க விரும்புவதால், மக்கள் அவரை நேசிப்பார்கள். அவர் வேறுவிதமாக இருக்க விரும்பினால், மக்கள் அவரைக் கண்டு பயப்படுவார்கள். இளவரசன் அங்கேயே தங்கியிருந்தால் வெளியில் இருந்து தாக்க நினைப்பவர்கள் மிகுந்த எச்சரிக்கையுடன் இருப்பார்கள். இளவரசன் அங்கு தங்கியிருக்கும் வரை அவரிடமிருந்து நாட்டைப் பறிப்பது சிரமமாக இருக்குமென்று கருதுவார்கள்.

கைப்பற்றிய நாட்டைத் தக்கவைத்துக்கொள்வதற்கு மற்றுமொரு சிறந்த வழிகளில் ஒன்று அந்தக் காலனியின் முக்கிய இடங்களில் தனது மக்களைக் குடியேற்ற வைக்க வேண்டும். அந்த இடம் அவர்களுக்குச் சொந்தமாக இருக்க அது திறவுகோலாக இருக்கும். மற்றொன்று அதிக எண்ணிக்கையிலான குதிரைப்படை, காலாட்படையை அங்கு வைத்திருக்க வேண்டும். ஒரு இளவரசன் குடியேற்றங்களுக்கு அதிகச் செலவுகள் செய்வதில்லை. ஏனென்றால் குறைந்த செலவில் அல்லது செலவில்லாமல் தனது மக்களை அனுப்பி அங்கே குடிவைக்க முடியும். தனது குடியேற்றத்திற்காகச் சிறுபான்மையினரை மட்டுமே புண்படுத்தி அவர்களுடைய நிலங்களையும், வீடுகளையும் புதிய குடிமக்களுக்கு வழங்குவதாக இருக்க வேண்டும். மேலும் அவர் யாரைப் புண்படுத்துகிறாரோ, அவர்கள் ஏழைகளாகவும்

குறைவானவர்களாகவும் இருப்பது அவசியம். அப்போதுதான் அவர்கள் ஒருபோதும் திருப்பிக் காயப்படுத்த முடியாது. எஞ்சியவர்கள் காயமடையாமல் இருக்க எளிதாக அமைதியாக இருப்பார்கள். காயமடைந்தவர்களைப் பார்த்துத் தாங்களும் எந்த விதத்தில் காயமடையக் கூடாதென்று பயத்தில் தவறிழைக்காமல் இருப்பார்கள். முடிவில் கைப்பற்றப்பட்ட புதிய காலனி நாட்டு மக்கள் அதிக விசுவாசமானவர்களாக மாறுவார்கள். குறைவானவர்களைக் காயப்படுத்துவதின் மூலமும், அவர்கள் சிதறிக் கிடப்பதின் மூலமும் இளவரன் காலனி நாட்டைத் தக்க வைத்துகொள்ள முடியும். இதனால், இளவரசன் மக்களை நல்லவிதமாக நடத்த வேண்டும் அல்லது எதிர்ப்புக் குரலை ஒரேயடியாக நசுக்கப்பட வேண்டும். ஏனென்றால் அவர்களுக்குச் சிறு தண்டனை கொடுத்து அனுப்பினால், மீண்டும் அவர்கள் பழிவாங்க வேண்டுமென்று நினைப்பார்கள். தீவிரமான தண்டனை கொடுத்தால் அந்த மக்களால் திருப்பிப் பழிவாங்க முடியாது. **எனவே, ஒரு மனிதனுக்குக் கொடுக்கப்படும் தண்டனை பயத்தில் எதிர்த்து நிற்காத வகையில் இருக்க வேண்டும்.**

ஆனால் காலனி நாடுகளைத் தக்கவைத்துக்கொள்வதற்காக ஆயுதமேந்திய ஆட்களை அனுப்பிப் பராமரிப்பது அதிகச் செலவாகும். அரசின் வருமானம் அனைத்தையும் அந்தக் காலனி நாட்டுக்குச் செலவு செய்ய வேண்டும். அதனால் கைப்பற்றிய நாடு நஷ்டமாக மாறுகிறது. மேலும் அங்கிருக்கும் படையினர் கொதிப்படைந்து காலனி மக்களைக் காயப்படுத்துகிறார்கள். தவறு செய்யும் படையினர்களை மாற்றுவதன் மூலம் தவறுகள் குறையாது. மக்கள் எரிச்சலடைந்து விரோதிகளாக மாறுவார்கள். அவர்களின் கோபத்தைக் கட்டுப்படுத்த அவர்களின் சொந்த நிலத்திலேயே தண்டனை வழங்குவதால், புதிய அரசுக்குத் தொல்லைகள்தான் அதிகமாகும். இந்தக் காரணத்தால் காலனி நாடு பயனுள்ளதாகவே இருந்தாலும், ஆயுதமேந்திய ஆட்களை வைப்பது பயனளிக்காது.

மேற்கூறிய வேறுபாடுகளைக் கொண்ட நாட்டைத் தக்கவைத்துக்கொள்ள நினைக்கும் இளவரசன், தன்னை மிகுந்த சக்தியுள்ளவனாகக் காட்டிக்கொள்ள வேண்டும். அண்டை

நாடுகளிடமிருந்து அந்த நாட்டைக் காக்கும் தலைவனாகவும், பாதுகாவலனாகவும் ஆக்கிக்கொள்ள வேண்டும். தன்னை எதிர்க்கும் பலமுள்ளவர்களைப் பலவீனமாக்கும் திறமை கொண்டவனாக மாற்றிக்கொள்ள வேண்டும். ஏனென்றால், அதிருப்தியில் இருக்கும் பலமானவர்கள் வெளிநாட்டவர் நுழைந்தவுடன் ஆளும் அரசுக்கு எதிராக அவர்களைத் தூண்ட முடியும். இளவரசன் மீது மிகுந்த எதிர்பார்ப்பு வைத்து ஏமாந்து போனவர்கள் அல்லது பயத்தில் அடங்கி இருப்பவர்கள் அந்த வெளிநாட்டவரின் தூண்டுதலினால் தூண்டப்படுவது இயற்கையான ஒன்று. ரோமானியர்கள் எடோலியர்களால் கிரேக்கத்திற்குக் கொண்டு வரப்பட்டனர்; இதுபோன்று ஒவ்வொரு நாட்டிலும் இருப்பவர்கள் இன்னொரு நாட்டிலிருந்து வந்தவர்கள்தான். அவர்கள் ஒரு நாட்டில் கால் வைத்ததுமே சாதாரண அறிமுகம் போல் தொடங்கி ஆட்சியாளர்களுக்கு எதிராக இருப்பவர்களைப் பேசி தங்கள் பக்கம் இழுக்க முயற்சிப்பார்கள். ஆட்சிக்கு எதிரான மனநிலையில் இருக்கும் மக்கள் எளிதாக அவர்களின் பக்கம் சென்றுவிடுவார்கள். இதைச் செய்ய வெளிநாட்டவர் எந்தச் சிரமமும் எடுக்க வேண்டியதில்லை. இப்படிப்பட்டவர்கள் அதிக அதிகாரம் பெறாதபடி பார்த்துக்கொள்ள வேண்டும். பின்னர் அவர்களின் முயற்சியால் மக்களின் நல்லெண்ணத்தைப் பெற்றுவிட்டால், பலம் பொருந்தியவர்களைத் தங்கள் கட்டுப்பாட்டில் கொண்டு வர முடியும். இந்தச் சவாலைச் சரியாகக் கையாளவில்லை என்றால் கைப்பற்றிய நாட்டை விரைவில் இழக்க நேரிடும். அல்லது அதைத் தக்கவைத்துக்கொள்வதற்கு மிகுந்த சிரமங்களையும், சிக்கல்களையும் சந்திக்க வேண்டியது இருக்கும்.

ரோமானியர்கள் தாங்கள் இணைத்து கொண்ட நாடுகளில் இந்த நடவடிக்கைகளை மேற்கொண்டனர். அவர்கள் தங்கள் படைபலத்தை அதிகரிக்காமல் சிறு தலைவர்களின் குடியேற்றத்தை ஏற்படுத்தி அங்குள்ளவர்களிடம் நட்புறவை ஏற்படுத்தி, அங்குள்ள பெரிய தலைவர்களின் ஆளுமையைக் குறைத்தார்கள். எந்த வலுவான வெளிநாட்டு சக்திகளின் அதிகாரத்தையும் உள்ளே வர அனுமதிக்கவில்லை. இதற்கு கிரீஸ் பொதுமான உதாரணமாகத் தோன்றுகிறது.

அச்சேயர்களும், ஏடோலியர்களும் நட்பாக இருக்க முடிந்தது. மாசிடோனியா பணிவுடன் நடந்துகொண்டது. அந்தியோகஸ் வெளியேற்றப்பட்டார். இருப்பினும், அச்சேயர்களும், ஏடோலியர்களும் தங்களின் தகுதியையும், அவர்களின் அதிகாரத்தையும் அதிகரிக்க அனுமதி கிடைக்கவில்லை. பிலிப்பின் வற்புறுத்தல் பேச்சுகளால் ரோமானியர்களுடன் நட்பாக இருக்க உதவவில்லை. அந்தியோகஸ் தனது செல்வாக்கைத் தக்கவைத்துக்கொள்ள ஒப்புக்கொள்ளவில்லை. ஒரு புத்திசாலி இளவரசன் என்ன செய்வானோ அதைத்தான் ரோமானியர்களுக்காக இந்த நிகழ்வுகளில் செய்தார். தற்போதைய பிரச்சினைகளை மட்டுமல்ல கருத்தில் கொள்ளாமல் எதிர்காலப் பிரச்சினையையும் கருத்தில்கொள்ள வேண்டியதாக இருந்தது. அதற்காக அவர்கள் எல்லா ஆற்றலுடனும் தயாராக இருக்க வேண்டும். ஏனெனில், முன்னெச்சரிக்கையுடன் நடந்துகொண்டால் தவறு நடக்கும்போது, அவற்றைச் சரிசெய்வது எளிது; ஆதலால், நோய் முற்றும் வரை காத்திருந்தால், எப்படிப்பட்ட மருந்தும் சரியான நேரத்தில் பலனளிக்காது. ஏனென்றால், மருத்துவர்கள் கூறுவது போல் எந்த நோயையும் தொடக்கத்திலேயே குணப்படுத்த முடியும். ஆனால் கண்டறிவதுதான் கடினம். ஆதனால் காலப்போக்கில், ஆரம்பத்திலேயே கண்டறியப்படாமலோ அல்லது சிகிச்சையளிக்கப்படாமலோ இருக்கும் நோயைக் குணப்படுத்துவது கடினம். இதுதான் ஒரு நாட்டின் விவகாரங்களில் நிகழ்கிறது. ஏனென்றால் எழும் தீமைகளை முன்கூட்டியே கண்டறியப்பட்டால் (அது ஒரு அறிவாளிக்கு மட்டுமே முடியும்), அவை விரைவாக நிவர்த்தி செய்யப்படலாம். அவ்வாறு முன்னதாகவே கணிக்க முடியாவிட்டால், பிரச்சினைகள் பலரும் பார்க்கும் வகையில் வளர்ந்து சரி செய்ய முடியாத நிலையில் வந்துவிடுகிறது. அதனால், ரோமானியர்கள் பிரச்சினைகளை முன்னதாகவே அறிந்து, அதைச் சரி செய்தார்கள். போரைத் தவிர்க்க அவர்களுக்கு எதிராகத் தலைவர்களை வளரவிடாமல் பார்த்துக்கொண்டனர். போரைத் தவிர்க்க வேண்டும் என்பதற்காக இல்லை. இதுபோன்ற நிகழ்வுகளால் போரைத் தள்ளி வைக்க முடியும் என்பதை அறிந்திருந்தனர். மற்றவர்கள்

பிலிப் அந்தியோக்கஸுடன் இத்தாலியில் சண்டையிடுவதை விட கிரேக்கத்தில் சண்டையிடுவதை விரும்பினர். அவர்கள் இரண்டையும் தவிர்த்திருக்கலாம். ஆனால் இதை அவர்கள் விரும்பவில்லை. அது அவர்களுக்குத் திருப்தி அளிக்காது. காலத்தை அறிந்து ஞானிகள் சொல்வது இதுதான்:– **காலத்தின் நன்மைகளை எப்போதும் அனுபவிப்போம். வீரத்தையும், வீவேகத்தையும் அல்ல. ஏனென்றால் காலம் நன்மைகளைத் தீமையாகவும், தீமைகளை நன்மையாகவும் மாற்றக் கூடியது.**

இப்போது பிரான்ஸ் பக்கம் திரும்பிப் பார்ப்போம். மேலே குறிப்பிட்ட சில காரியங்களில் ஏதேனும் செய்யப்பட்டிருக்கிறதா என்று தெரிந்துகொள்வோம். அதாவது பன்னிரண்டாம் லூயிஸ் மன்னர் (சார்லஸைப் பற்றி அல்ல) நடவடிக்கைகளை இதில் கவனிக்க வேண்டும். அவர் இத்தாலியை நீண்ட காலமாகத் தக்கவைத்துக் கொண்டிருந்தார். ஆனால், அவர் தனது நிலையைத் தக்கவைத்துக்கொள்ள மேல் குறிப்பிட்ட பல காரியங்களை நேர்மாறாகச் செய்திருப்பதைக் கவனிப்பீர்கள்.

வெனிஷியர்களின் விருப்பத்தால் லூயிஸ் மன்னர் இத்தாலிக்குக் கொண்டு வரப்பட்டார். அவரின் தலையீட்டால் லோம்பார்டியின் பாதி மாநிலம் கிடைக்குமென்று வெனிஷியர்கள் நினைத்தார்கள். இங்கு மன்னர் எடுத்த நடவடிக்கையை நான் குறைசொல்ல மாட்டேன். ஏனென்றால், இத்தாலியில் கால் பதிக்க அவர் விரும்பினாலும் அங்கு அவருக்கு உதவ நண்பர்கள் இல்லாமல் இருந்தார்கள். சார்லஸின் நடத்தையால் அவருக்கு எல்லாக் கதவுகளும் அடைக்கப்பட்டிருந்ததால், கிடைக்கும் எந்தவொரு நட்பையும் ஏற்க வேண்டிய கட்டாயம் அவருக்கு ஏற்பட்டது. அவர் நினைத்திருந்தால் தனது சொந்த முயற்சியில் அதிக வெற்றிகளைப் பெற்றிருக்கலாம். எவ்வாறாயினும், லோம்பார்டியை அரசன் வென்ற பிறகு, சார்லஸ் இழந்த அதிகாரத்தை உடனடியாக மீட்டு வெற்றிபெற்றார்: ஜெனோவாவும் அடிபணிந்தது. ஃப்ளோரண்டைன்கள் அவனது நண்பர்களானார்கள். மான்டுவாவின் மார்க்வெஸ், ஃபெர்ராராவின் மன்னன், பென்டிவோக்லியோ, ஃபோர்லியின்

மை லேடி, ஃபென்ஸாவின் பிரபுக்கள், பெசாரோவின், ரிமினி, கேமரினோ, பியோம்பினோ, லுச்செஸ், பிசான்ஸ், சையானிஸ் முதலான மன்னர்கள் அவருடன் நட்புகொள்ள முன்வந்தார்கள். லோம்பார்டியில் இரண்டு நகரங்களைப் பிடிக்கச் சென்று இத்தாலியின் மூன்றில் இரண்டு பங்கு மன்னராக மாறிய அவருடைய போக்கின் அவசரத்தை வெனிஷியர்கள் உணர முடிந்தது.

மேற்கூறியது போல் குறிப்பிட்ட தனது நண்பர்கள் அனைவரையும் பாதுகாப்பாகவும், இத்தாலியில் தனது நிலையைத் தக்க வைத்துக்கொள்ள மன்னர் எவ்வளவு சிரமத்துடன் நடந்துகொண்டிருப்பார் என்பதையும் யாராலும் அறிந்துகொள்ள முடியும். ஏனென்றால், அவர்கள் எண்ணிக்கையளவில் அதிகமாக இருந்தாலும், அவர்கள் பலவீனர்களாகவும் பயந்தவர்களாகவும் இருந்தனர். சிலர் தேவாலயத்திற்குப் பயந்தார்கள். சிலர் வெனிஷியர்களுக்குப் பயந்தார்கள். இதனால் அவர்கள் எப்போதும் மன்னருடன் நிற்க வேண்டிய கட்டாயத்தில் இருந்தார்கள். இதனால் அவர்கள் தங்கள் நிலையைப் பாதுகாத்துக் கொண்டனர். ஆனால், மன்னர் ரோமக்னாவை ஆக்கிரமிக்க போப் அலெக்சாண்டருக்கு உதவுவதன் மூலம் தன்னைப் பலவீனப்படுத்திக் கொண்டார். தன்னிடம் சரணடைந்த நண்பர்களுக்குத் துரோகம் இழைத்து, தேவாலயங்களுக்கு அதிக அதிகாரத்தைக் கொடுத்தார். இது போன்ற பெரிய தவறுகள் செய்தவர், அது சரியென்று நம்பிக்கையுடன் பின்பற்றவும் செய்தார். அதனால், அலெக்ஸாண்டரின் நோக்கத்திற்கு முடிவுகட்ட, அவர் டஸ்கனியின் தலைவராக உருவாவதைத் தடுக்க, மன்னர் இத்தாலிக்கு வர வேண்டிய கட்டாயம் ஏற்பட்டது.

தேவாலயத்துக்கு அதிகாரத்தைக் கொடுத்தது போதாது என்றும், நண்பர்ளுக்குத் துரோகம் இழைத்தது போதாது என்றும், அவர் நேபிள்ஸ் ராஜ்ஜியத்தைப் பெற, அதை ஸ்பெயின் மன்னருடன் பங்கு போட்டுக்கொண்டார். இத்தாலியில் இருக்கும் ஒரு முதன்மையானவரைத் தனது கூட்டாளியாகச் சேர்த்துக்கொண்டார். அதனால் அந்த நாட்டின் தேவைகளும், அவர்களின் விருப்பத்தை

நிறைவேற்றுவதற்கும் ஓர் ஆதரவு கிடைக்குமென்று நினைத்தார். மன்னர் நினைத்திருந்தால் அவருடைய சொந்த நாட்டிலேயே தங்கியிருந்து சிறந்த அரசனாக ஓய்வு பெற்றிருக்க முடியும். ஆனால், சர்ச்சையாளர்களை வெளியேற்ற மன்னர் லூயிஸ்ஸை அங்கு நிறுத்தினார்.

இளவரசன் ஒரு நாட்டைக் கைப்பற்ற நினைக்கும் விருப்பம் இயல்பானது. பேரரசனாக விரும்பும் இளவரசனின் ஆண்மைக்குரிய பெருமையான குணமாகவே அது பார்க்கப்படுகிறது. அதற்காக அவரை யாரும் குற்றம் சொல்லுவதில்லை. மாறாகப் பாராட்டுகிறார்கள். ஆனால் அவரால் செய்ய முடியாமல் போகும்போதும், அதற்கான எந்த வகையிலும் வழி இல்லாத போதும் முட்டாள்தனமும் பழியும் அவரிடம் வந்துவிடுகிறது. எனவே, பிரான்ஸ் தனது சொந்தப் படைகளால் நேபிள்ஸைத் தாக்க முடியுமென்றால், அதை அவர்கள் செய்திருக்க வேண்டும்; ஒருவேளை முடியவில்லை என்றால், நாட்டைப் பிரித்திருக்கக்கூடாது. லோம்பார்டியில் வெனிஷியர்களுடன் பங்கு போட்டுக்கொண்டதால்தான், இத்தாலிக்குள் நுழைய முடியுமென்ற வாதத்தை அவர்கள் முன் வைக்கலாம். ஆனால், நாட்டைப் பங்குபோட்டுக் கொள்வதற்காக அவர்கள் சொல்லும் காரணங்களில் அர்த்தமில்லை. அது தேவையுமில்லாதது.

இதில் லூயிஸ் ஐந்து தவறுகளைச் செய்திருக்கிறார். அவர் சிறுபான்மை சக்திகளை அழித்தார், அவர் இத்தாலியில் ஒரு பெரிய சக்தியின் பலத்தை அதிகரித்தார், அதாவது வெளிநாட்டு சக்தியைக் கொண்டு வந்தார். அவர் அந்த நாட்டில் குடியேறவில்லை, தனது படைகளைக் குடியேற்றம் செய்யவில்லை. எல்லாவற்றிக்கும் மேலாக வெனிஷியர்களிடம் அவர்களின் ஆதிக்கத்தைப் பறித்து ஆறாவது தவறையும் செய்தார். ஏனெனில், அவர் திருச்சபைக்கு அதிகாரம் கொடுக்காமல் இருந்திருந்தாலோ அல்லது ஸ்பெயினை இத்தாலிக்குள் கொண்டுவராமல் இருந்திருந்தாலோ அவர்களைத் தனக்கு அடிப்பணிந்தவர்களாகவே வைத்திருக்க முடிந்திருக்கும். ஆனால், முதலில் இந்த நடவடிக்கைகளை எடுத்த பிறகு, அவர்களின் அழிவுக்கு அவர் காரணமாக இருந்திருக்க வேண்டியதில்லை. ஏனென்றால் அவர்கள்

சக்தி வாய்ந்தவர்களாக இருப்பதால், லோம்பார்டியிலுள்ள வடிவமைப்புகளில் இருந்து மற்றவர்களை எப்போதும் விலக்கி வைத்திருந்தார்கள். வெனிஸ் மக்கள் தாங்களாகவே அங்கு எஜமானர்களாக இருக்க விரும்புவார்கள். மற்றவர்கள் பிரான்சிடமிருந்து லோம்பார்டியை வெனிஸ் மக்களுக்குக் கொடுக்க விரும்பமாட்டார்கள். மேலும் இருவரையும் எதிர்க்க அவர்களுக்குத் தைரியம் இருந்திருக்காது.

யாரேனும் ஒருவர் போரைத் தவிர்ப்பதற்காகத்தான் லூயிஸ் மன்னர் ரோமக்னாவை அலெக்சாண்டருக்கும், ராஜ்ஜியத்தை ஸ்பெயினுக்கும் கொடுத்தார் என்று கருத்து கூறலாம். ஆனால், அதற்கு என்னுடைய பதில் போரைத் தவிர்ப்பதில் தவறு செய்யக்கூடாது. அதே போல் இளவரசன் போப்புக்கு அளித்த வாக்குறுதியைத் தவறு என்று கூறினால், அவர் இளவரசனின் திருமணத்தைத் தடுத்து நிறுத்துவதற்குப் பதிலாக இதைச் செய்தார் என்றும்*, அது அவருடைய நம்பிக்கையைப் பற்றிய விஷயம் என்ன என்பதையும் பின்னர் எழுதுகிறேன்**.

இவ்வாறு நாடுகளைக் கைப்பற்றுபவர்கள், அவற்றைத் தக்கவைத்துக்கொள்ள விரும்பியவர்கள், கடைப்பிடிக்க எந்த நிபந்தனைகளையும் பின்பற்றாததன் மூலம் மன்னர் லூயிஸ் லோம்பார்டியை இழந்தார். இதில் எந்த அதிசயமும் இல்லை. ஆனால், இது மிகவும் இயற்கையாக நடக்கக்கூடியது. இந்த விஷயங்களைப் பற்றி நான் நான்டெஸில் ரூவனுடன் பேசினேன். போப் அலெக்சாண்டரின் மகன் சிசேர் போர்கியா என்று அழைக்கப்படுபவர் ரோமக்னாவை ஆக்கிரமித்திருந்தார். கார்டினல் ரூவன் இத்தாலியர் போரைப் புரிந்துகொள்ளவில்லை என்பதை என்னிடம் கூறினார். அதற்கு நான் 'பிரெஞ்சுக்காரர்கள் ஒரு நாட்டை அமைக்கும்

---

*. லூயிஸ் XII லூயிஸ் XI-இன் மகள் ஜீனை விவாகரத்து செய்தார். மேலும் 1499 இல் பிரிட்டானியின் அன்னே, சார்லஸ் VII- இன் விதவையான பிரிட்டானியைக் கிரீடத்திற்குத் தக்கவைத்துக் கொள்வதற்காக மணந்தார்.

2. ரூவன் பேராயர் (The Archbishop of Rouen) - அவர் ஜார்ஜஸ் டி அம்போயிஸ், ஆறாம் அலெக்சாண்டரால் கார்டினலை உருவாக்கினார். 1460 இல் பிறந்தார், 1510 இல் இறந்தார்.

திறனைப் புரிந்துகொள்ளவில்லை என்று பதிலளித்தேன். இல்லையெனில் அவர்கள் திருச்சபையினர் இவ்வளவு மகத்துவமான அதிகாரத்தை அடைய அனுமதித்திருக்க மாட்டார்கள். உண்மையில், இத்தாலியிலுள்ள ஸ்பெயினின் அதிகாரம் பிரான்சால் ஏற்படுத்தப்பட்டது. அதுவே அதன் அழிவுக்குக் காரணமாக அமைந்துவிட்டது. இதிலிருந்து ஒரு பொதுவான விதி வரையப்பட்டது என்னவென்றால்: யார் ஒருவன் எதிரியின் சக்தியைத் தூண்டிவிடுகிறானோ, அவனே அந்த சக்திக்குப் பலியாகிவிடுகிறான். ஏனென்றால், எந்த அதிகாரமும் புத்திசாலித்தனத்தால் அல்லது பலத்தால் அல்லது இரண்டாலும் கொண்டுவரப்படுகிறது. அதை மற்றவர்களிடத்தில் தூண்டிவிட்டால் அதிகாரத்தில் இருப்பவர்கள் மீது அவநம்பிக்கை வந்துவிடும்.

அத்தியாயம் IV

அலெக்சாண்டரால் கைப்பற்றப்பட்ட டேரியஸ் ராஜ்ஜியம், அவரது மரணத்திற்குப் பின் அலெக்சாண்டரின் வாரிசுகளுக்கு எதிராக ஏன் கிளர்ச்சி செய்யவில்லை

மற்ற மன்னர்கள் தாங்கள் கைப்பற்றிய நிலங்களைத் தக்க வைத்துக்கொள்வதில் மிகுந்த சிரமப்பட்டுக்கொண்டிருக்கும்போது, சில ஆண்டுகளில் அலெக்சாண்டர் ஆசியாவின் பெரும் பகுதியைக் கைப்பற்றி அதைச் சீரமைப்பதற்குள் இறந்தார். (நியாயமாக அந்த நிலங்களில் மட்டுமல்லாமல் முழு சாம்ராஜ்ஜியத்திலும் கலகம் ஏற்பட்டிருக்க வேண்டும்.) இருப்பினும் அவரது வாரிசுகள் எந்தச் சிக்கலுமில்லாமல் அந்த நிலங்களைப் பராமரித்தனர். மேலும், தங்களின் பேராசைகளால் எழுந்த பிரச்சினைகள் தவிர வேறெந்த சிரமத்தையும் அவர்கள் சந்திக்கவில்லை.

இளவரசன் தனது நாட்டை இரண்டு வெவ்வேறு வழிகளில் ஆளுவதைக் காணலாம். ஒன்று இளவரசனால் நியமிக்கப்பட்ட ஊழியர்கள் அல்லது அவரின் அனுமதியைப் பெற்ற மந்திரி என்று அவருக்கு உதவக் கூடியவர்களைக் கொண்டு ஆள்வது. அல்லது இளவரசனின் இரத்தச் சம்மந்தமுள்ள பாரம்பரிய கௌரவமிக்க பிரபுக்கள் குழுவின் ஆதரவோடு ஆள்வது. அத்தகைய பிரபுக்கள் தங்களுக்கென்று ஒரு நாட்டையும், அவர்களைக் கொண்டாடும் மக்களைச் சொந்த மக்களாகவும் பார்த்துக்கொண்டனர். அவர்களைத்

தங்கள் பிரபுக்களாக அங்கீகரித்து அவர்களிடம் பாசமாக நடந்துகொண்டார்கள். தங்கள் இளவரசர் மற்றும் அவரது ஊழியர்களால் ஆளப்படும் அந்த மாநிலங்கள் இளவரசனிடம் மிகவும் மரியாதையுடன் நடந்துகொள்வார்கள். ஏனென்றால் எல்லா நாட்டிலும் அவரை விட உயர்ந்தவர் என்று அங்கீகரிக்கப்பட்டவர்கள் யாரும் இல்லை. மேலும் அவர்கள் மற்றொருவருக்குக் கீழ்ப்படிந்தார்கள் என்றால் அது மந்திரிகளுக்கும், முக்கிய அதிகாரிகளுக்கும்தான். அது உத்தியோகப்பூர்வ மரியாதை அன்றி பாசத்தால் இல்லை.

இந்தக் காலத்தில் இரு அரசுகளான துருக்கிய, பிரான்சின் அரசர்கள் இதற்கு உதாரணமாக இருந்தனர். துருக்கியரின் முழு முடியாட்சியும் ஒரு பிரபுவால் ஆளப்படுகிறது. மற்றவர்கள் அவருடைய ஊழியர்கள்; மேலும், தனது சாம்ராஜ்ஜியத்தை சஞ்சாக்களாகப் பிரித்து, வெவ்வேறு நிர்வாகிகளை அங்கு அனுப்புகிறார்கள். மேலும் அவர்களைத் தன் விருப்பப்படி தேர்ந்தெடுக்கவும், மாற்றவும் செய்கிறார்கள். ஆனால் பிரான்சின் அரசர் பாரம்பரியமான பிரபுக்களைக் கொண்டு அரசாட்சி செய்தார். அதை அவரது குடிமக்களும் ஏற்றுகொண்டனர். மக்களின் அன்பிற்குரியவர்களாக அந்தப் பிரபுக்கள் இருந்ததால், தனிச் சிறப்புரிமைகளும் வழங்கப்பட்டன. அரசன் தனக்கு ஆபத்தான சமயத்தில் தவிர மற்ற எந்த நேரத்திலும் அவர்களின் அதிகாரத்தைப் பரிக்க முடியாது. எனவே, இந்த இரண்டு நாடுகளில் உதாரணமாக எடுத்துக்கொண்டால், துருக்கிய அரசைக் கைப்பற்றுவதில் பெரும் சிரமம் உண்டு. ஆனால், அது கைப்பற்றப்பட்டால் அதைத் தக்கவைத்துக் கொள்வது மிகவும் சுலபம். துருக்கிய ராஜ்ஜியத்தைக் கைப்பற்றுவதிலுள்ள முக்கியச் சிரமம், கைப்பற்றப்பட்ட ராஜ்ஜியத்தில் இளவரசரைச் சுற்றியுள்ள பிரபுக்கள் எந்தக் கிளர்ச்சியும் செய்யாமல் இருக்க வேண்டும். அதாவது, பிரபுக்கள், அமைச்சர்கள் அனைவரும் இளவரசனுக்குக் கட்டுப்பட்டிருப்பதால் அவர்களை மிகுந்த சிரமத்துடன்தான் சிதைக்க வேண்டும். சிரமத்துடன் அவர்களின் ராஜ்ஜியத்தைக் கைப்பற்றிய அவர்களிடமிருந்து பெரிய நன்மைகளை எதிர்பார்க்க முடியாது. ஏனெனில் அவர்களால் புது அரசின் நன்மைக்காக மக்களை அவர்களுடன் வழி

நடத்த முடியாது. எனவே, துருக்கியைத் தாக்க நினைக்கும் ஒருவர் கருத்தில்கொள்ள வேண்டிய முக்கிய விஷயம் என்னவென்றால், மற்றவர்களைக் கொண்டு கிளர்ச்சியைச் செய்வதை விடத் தனது சொந்த பலத்தை நம்பியிருக்க வேண்டும். அப்படித் தங்கள் பலத்தால் ஒருமுறை துருக்கி கைப்பற்றப்பட்டால், தங்கள் படைகளை நிலைநிறுத்துவதில் சிரமம் ஏற்பட்டாலும் கவலைப்படத் தேவையில்லை. அங்கு, இளவரசனின் குடும்பத்தைத் தவிர வேறு யாருக்கும் புது அரசன் அச்சப்பட வேண்டியதில்லை. ஏனென்றால் மற்றவர்கள் முழுமையாக அழிக்கப்பட்டதால், இளவரசனைத் தவிர வேறு யாருக்கும் மக்களிடம் செல்வாக்கு கிடையாது. **புதிய இளவரசன்/மன்னன் நிலங்களைக் கைப்பற்றுவதற்கு முன் அங்கிருப்பவர்களை நம்பாத போது, அதனைக் கைப்பற்றிய பிறகு அங்கிருப்பவர்களைக் கண்டு அச்சப்பட வேண்டியதில்லை.**

இதற்கு நேர்மாறானது, பிரான்ஸ் போன்ற ராஜ்ஜியத்தைக் கைப்பற்றும்போது நடக்கும். அதுபோன்ற ராஜ்ஜியத்திலுள்ள சில பிரபுக்களைத் தங்கள் பக்கம் இழுத்துக்கொண்டால், ஏவராலும் எளிதாகக் கைப்பற்றி விட முடியும். **ஏனென்றால் ஒரு நாட்டை வெற்றிகொள்ள நினைப்பவன், அந்த நாட்டிலுள்ள பலவீனங்களை எப்போதும் கண்டுகொள்கிறான்.** அங்குள்ள மக்கள் விருப்பப்படும் மாற்றத்தையும் புரிந்துகொள்கிறான். இப்படிப்பட்ட சூழ்நிலையில் இதுபோன்ற ராஜ்ஜியத்தை எளிதாக வெற்றி பெற்று கைப்பற்றிவிடலாம். ஆனால் அந்த நாட்டைத் தொடர்ந்து ஆட்சி செய்யும்போது உங்களுக்கு உதவியவர்களிடமிருந்தும், நீங்கள் நசுக்கியவர்களிடமிருந்தும் தொடர்ந்து தொல்லைகளைச் சந்திக்க நேரிடும். நீங்கள் இளவரசனின் குடும்பத்தை அழித்தது போதாது. ஏனென்றால் எஞ்சியிருக்கும் பிரபுக்கள் உங்களுக்கு எதிரான புதிய இயக்கங்களின் தலைவர்களாக மாறுவார்கள். மேலும் அவர்களைத் திருப்திப்படுத்தவோ அல்லது அழிக்கவோ உங்களால் முடியாது. இது போன்ற நேரத்தில் கைப்பற்றப்பட்ட நாட்டை இழக்க வாய்ப்பிருக்கிறது.

இப்போது டேரியஸின் அரசாங்கத்தில் நிகழ்ந்ததை நீங்கள் கருத்தில் கொண்டால், அது துருக்கிய ராஜ்ஜியத்தைப்

போலவே நடந்ததைப் பார்க்கலாம். அங்கு அலெக்சாண்டர் முதலில் செய்தது ஒரு அரசனைப் போர்க்களத்தில் வீழ்த்த வேண்டும். அவரிடமிருந்து நாட்டைக் கைப்பற்ற வேண்டும். வெற்றிக்குப் பிறகு, டேரியஸ் கொல்லப்பட்டான். மேற்குறிப்பிட்ட காரணங்களால் அலெக்சாண்டரால் கைப்பற்ற நாடுகள் பாதுகாப்பாக இருந்தது. அவருடைய வாரிசுகள் ஒன்றுபட்டிருந்தால், அவர்கள் அதைப் பாதுகாப்பாகவும் எளிதாகவும் அனுபவித்திருக்கலாம். ஏனென்றால் சில இடங்களில் தூண்டுதல்கள் தவிர அந்த ராஜ்ஜியத்தில் எந்தவிதப் போராட்டமும், குழப்பங்களும் ஏற்படவில்லை.

ஆனால், பிரான்ஸ் போன்ற அமைதியான நாடுகளைத் தக்கவைத்துக்கொள்வது சிரமமான காரியம். அதனால்தான் ஸ்பெயின், பிரான்ஸ், கிரீஸ் போன்ற நாடுகளில் ரோமானியர்களுக்கு எதிராக அடிக்கடி கிளர்ச்சிகள் எழுந்தன. இந்த நாடுகளில் இருந்த பழைய இளவரசர்களின் நினைவாகப் பல பிரபுக்களின் கிளர்ச்சியால் ரோமானியர்கள் எப்போதும் பாதுகாப்பற்ற ஆட்சியை நடத்தினார்கள். ஆனால், தொடர்ந்து நடந்த பேரரசின் ஆட்சியால் அவர்களின் பழைய நினைவகங்கள் அழிக்கப்பட்டது. பின்னர் ரோமானியர்கள் பாதுகாப்பான நிலையில் ஆட்சியைத் தக்கவைத்துக்கொண்டனர். அதன்பிறகு அவர்கள் நாட்டைக் கைப்பற்றும் போது, அந்த நாட்டின் முந்தைய இளவரசக் குடும்பங்களை முழுவதுமாக அழித்து தங்கள் நாட்டுடன் இணைத்துக்கொண்டனர். ரோமானியர்களைத் தவிர வேறு யாருக்கும் நிர்வாகத்தில் இடம் தரவில்லை.

இந்த விஷயங்களை நினைவில் கொள்ளும்போது, அலெக்சாண்டர் ஆசியாவின் பேரரசை எளிதாகக் கைப்பற்றி தக்கவைத்துக் கொண்டார் என்பதையும், பைரஸ் மற்றும் பல நாடுகளைக் கைப்பற்றியவர்கள் தக்கவைத்துக்கொள்ள சிரமப்பட்டதைக் கேள்விப்படும்போது அதில் ஆச்சரியப்படுவதற்கு எதுவுமில்லை. இது வெற்றியாளர்களின் திறன் குறைவாகவோ, மிகுதியாகவோ கருதுவதற்கு இல்லை. அந்த நாட்டிலுள்ள மக்கள் விரும்பியதால் ஒன்றாகச் சேர்ந்து நடந்தது.

அத்தியாயம் V.

நாடுகள் இணைக்கப்படுவதற்கு முன்பு அவற்றின் சொந்தச் சட்டங்களின் கீழ் வாழ்ந்த நகரங்கள் அல்லது அந்த நாட்டை ஆட்சி செய்வதற்கான கொள்கைகளைப் பற்றி

முந்தைய அத்தியாயத்தில் சொல்லப்பட்டபடி கைப்பற்றப்பட்ட நாட்டைத் தங்கள் சொந்த சட்டங்களுக்கு உட்பட்டுச் சுதந்திரமாக வாழ வேண்டுமென்றால், அதற்கு மூன்று வழிகள் உள்ளன: முதலாவது அவர்களின் அடையாளங்களை அழிப்பது, அடுத்தது அங்கு நேரில் சென்று அவர்களோடு வசிப்பது. மூன்றாவது, அவர்கள் தங்கள் சொந்தச் சட்டங்களின் கீழ் வாழ அனுமதித்து, அவர்களிடமிருந்து கப்பம் வசூலிப்பது. இதையெல்லாம் கவனிக்கத் தன்னிக்குழுவை நியமித்து, தனக்குச் சாதகமாக நடந்துகொள்பவர்களாக இருக்க வேண்டும். அது உங்களுக்கு நட்பாக இருக்க வேண்டும். ஏனென்றால், இளவரசனால் உருவாக்கப்பட்ட அத்தகைய அரசாங்கம், அவருடைய ஆதரவின்றி நிலைத்து நிற்க முடியாது. அதனால், அவர் முடிந்தவரை ஆதரவு கொடுத்துதான் ஆக வேண்டும். எனவே, சுதந்திரமாக நாட்டைத் தக்கவைத்துக்கொள்ள, வேறு வழியைக் காட்டிலும் அங்குள்ள சொந்தக் குடிமக்களைப் பயன்படுத்திக் கொள்வது மிகவும் எளிதானது.

இதற்கு உதாரணமாக, ஸ்பார்டான்களையும், ரோமானியர்களையும் எடுத்துக்கொள்வோம். ஸ்பார்டான்கள் ஒரு தனிக்குழுவை நியமித்து ஏதென்ஸையும் தீப்ஸையும் தக்கவைத்திருந்தார்கள். இருப்பினும் அவர்கள் அவற்றை இழந்தனர். அதே சமயம் ரோமானியர்கள் கபுவா, கார்தேஜ், நுமாந்தியா போன்ற நாடுகளைக் கைப்பற்றுவதற்காக அவற்றைத் தகர்த்தனர். என்றாலும் அந்த நாடுகளை அவர்கள் இழக்கவில்லை. ஸ்பார்டான்கள் கிரீஸைப் பிடித்தது. அதை சுதந்திரமாக ஆக்கி, அவர்களின் சட்டங்களைப் பின்பற்ற அனுமதித்ததில் வெற்றிபெறவில்லை. அந்த நாட்டைத் தக்க வைத்துக்கொள்ள பல நகரங்களாகப் பிரிக்க வேண்டிய கட்டாயம் ஏற்பட்டது. **உண்மையில் கைப்பற்றப்பட்ட நாட்டைத் தக்கவைத்துக்கொள்ள வேண்டுமென்றால் அதை அழிப்பதைத் தவிர பாதுகாப்பான வழி வேறேதுமில்லை.** சுதந்திரமாக இருக்கும் நாட்டைக் கைப்பற்றி அந்த நாட்டின் இளவரசனாக மாறியவன், அந்த நாட்டை அழிக்கவில்லை என்றால் அதே நாட்டால் அழிக்கப்படுவான். ஏனென்றால் கிளர்ச்சியின் போது அவர்கள் சுதந்திரம், பாரம்பரியப் பெருமைகள் பற்றி நினைக்கத் தொடங்கிவிட்டால் இளவரசன் எந்தச் சலுகை வழங்கினாலும் அதைத் தடுக்காது. அவர்களைப் பிரித்தாளுவது அல்லது கலைக்கப்படுவது போன்ற வழியைத் தவிர வேறெந்த வழியிலும் தங்கள் நாட்டின் பண்பாட்டைக் குறித்து அவர்கள் மறக்கமாட்டார்கள். நூறு ஆண்டுகளாக ஃபிளோரண்டைன்களால் அடிமையாக்கப்பட்ட பிஸா நகரம் எழுச்சியுற்றது போல் ஒவ்வொரு சந்தர்ப்பத்திலும் அணிவகுத்து கிளர்ச்சி செய்வதைத் தடுக்க இயலாது.

ஆனால், ஓர் இளவரசரின் கீழ் ஆட்சி செய்யப்பட்ட நகரங்களும், அதன் மக்களும் அந்த நாட்டு இளவரன் அழிந்துவிட்டால், அதன் மக்கள் கீழ்ப்படிந்து செல்ல பழகிவிடுகிறார்கள். மறுபுறம் பழைய இளவரசன் இல்லாததால், தங்களுக்குள் இருக்கும் ஒருவரை இளவரசனாக உருவாக்க ஒப்புக்கொள்ளமாட்டார்கள். தங்களை எப்படி ஆள்வதென்று அவர்களுக்குத் தெரியாது. இந்தக் காரணத்திற்காக அவர்கள் ஆயுதங்ள் எடுப்பதில் தயக்கம் காட்டுவார்கள். இதனால், அந்த நாட்டின் புதிய இளவரசன் அவர்களை வெற்றி கொண்டு, எளிதாகத் தன் வழியில் ஆட்சி செய்ய முடியும்.

ஆனால், குடியரசுகளில் அதிக உயிர்சக்தி, அதிக வெறுப்பு, பழிவாங்கும் எண்ணம் போன்றவை அதிகமாக இருக்கும். இது அவர்களின் முன்னாள் சுதந்திரத்தின் நினைவை மறக்கச் செய்யாது. அதனால், அவர்களை அழிப்பது ஒன்றுதான் புதிய இளவரசனுக்குப் பாதுகாப்பான ஒரே வழி அல்லது அங்கே சென்று அவர்களுடன் வசித்து ஆள வேண்டும்.

அத்தியாயம் VI

இளவரசன் தனது சொந்த ஆயுதங்கள், திறமையால் பெறப்படும் புதிய நாடுகளைப் பற்றி

இளவரசரால் வெற்றிகொள்ளப்பட்ட புதிய நாடுகளைப் பற்றிப் பேசும்போது இளவரசன், நாட்டைப் பற்றி மிகப் பெரிய உதாரணங்கள் சொல்லுவதால் யாரும் ஆச்சரியப்பட வேண்டாம். ஏனென்றால், மனிதர்களின் இயல்பானது எப்போதும் மற்றவர்களால் அமைக்கப்பட்ட பாதைகளில் நடந்து செல்வது. அவர்களின் செயல்களை அப்படியே பின்பற்றி நடப்பது. அவர்களின் வழிகளை முழுமையாகக் கடைப்பிடிக்கவில்லையென்றாலும், அவர்களைப் பின்பற்றித் தனது சக்தியின் மூலம் ஆட்சியை அடைகிறான். ஒரு புத்திசாலி மனிதன் எப்போதும் பெரிய தலைவர்களால் அமைக்கப்பட்ட பாதையைப் பின்பற்ற வேண்டும். அப்படி, உயர்ந்தவர்களைப் பின்பற்றும் போது அவர்களைப் போன்று அவர்களுக்குச் சமமாக இல்லாவிட்டால்கூட, குறைந்த அளவிற்காவது அவர்களின் திறமை வெளிப்படும். ஒரு புத்திசாலி வில்லாளன் தனது இலக்கு எவ்வளவு தூரத்தில் இருந்தாலும் வீழ்த்துவது போன்று ஒரு இளவரசன் இருக்க வேண்டும். அதே சமயம் தனது வில், அம்புகளின் வலிமை எதுவரை அடையும் என்ற எல்லையைக் குறித்தும் அறிந்திருக்க வேண்டும். நம்முடைய தகுதிக்கு மீறிய பெரிய இலக்கைக் குறிவைத்து அம்புவிடுவது, அந்த அம்பு எவ்வளவு

தூரம் செல்லும் என்பதைத் தெரிந்துகொள்வதற்காக அல்ல. நம் அம்பு அடைய வேண்டிய இலக்கை மென்மேலும் அடைய உதவும் என்பதற்காகத்தான்.

எனவே, ஒரு நாட்டைக் கைப்பற்றிய புதிய இளவரசன், ஆட்சிப் பொறுப்பை ஏற்கும்போது அந்த நாட்டைத் தக்கவைத்துக்கொள்வதில் பல சிரமங்களைச் சந்திக்கிறான். அதைத் தக்கவைத்துக்கொள்வதில் இளவரசனின் தகுதியும் வெளிப்படுகிறது. வேறு நாட்டைச் சேர்ந்த ஒருவன் இளவரசனாகப் பொறுப்பேற்கும்போது ஆட்சி செய்வதில் தனது வலிமையையோ அல்லது அதிர்ஷ்டத்தையோ முன்பே அறிந்திருக்க வேண்டும். இதனால் அவனுக்குப் புதிய நாட்டில் ஏற்படப்போகும் சிக்கலைத் தீர்க்க அது ஓரளவுக்குப் பலன் தரும். ஆயினும்கூட, அதிர்ஷ்டத்தை விடத் தனது வலிமையை நம்புபவனே நிலைத்து ஆட்சி நடத்த உதவும். மேலும், புதிய இளவரசனுக்கு வேறெந்த நாடுகள் இல்லாதபோதும், அவன் கைப்பற்றிய நாட்டில் தங்குவதில் கட்டாயம் ஏற்படுவதால் ஆட்சி செய்வதில் பல விஷயங்களை அது எளிதாக்குகிறது.

தங்களுடைய அதிர்ஷ்டத்தை நம்பாமல் தன்னுடைய திறமையால் இளவரசராக உயர்ந்தவர்களாக மோசஸ், சைரஸ், ரோமுலஸ், தீசஸ் போன்றவர்களையே மிகச் சிறந்த எடுத்துக்காட்டுகளாக நான் சொல்லுகிறேன். மோசஸைப் பற்றிக் கூறும்போது, அவர் கடவுளின் விருப்பத்தை நிறைவேற்றுபவராக இருந்தபோதிலும், அவரின் செயல்பாடுகள் அவரைக் கடவுளுக்கு நிகரான தகுதியுடையவராகக் காட்டியது. ஆனால், சைரஸ், மற்றவர்களின் ராஜ்ஜியங்களைப் பெற்றது அல்லது நிறுவியதைக் கருத்தில் கொண்டால், அனைவரும் போற்றத்தக்கவர்களாகக் காணப்படுவார்கள். மேலும் அவர்களின் குறிப்பிட்ட செயல்கள், நடத்தைகள் அனைத்தையும் கருத்தில் கொள்ளப்பட்டாலும், மோசே ஒரு பெரிய போதகராகவே இருந்தாலும், அவரின் செயல்களை விட மற்றவர்கள் குறைந்தவர்களாகக் காணப்பட மாட்டார்கள். அவர்களின் செயல்களையும், வாழ்க்கையையும் ஆராய்ந்தால், அதிர்ஷ்டத்தை விடக் கிடைத்த வாய்ப்புகளைப் பயன்படுத்திக்கொண்டனர். இது

அவர்களைச் சிறந்தவர்களாக உருவாக்குவதற்கு உதவியது. அந்த வாய்ப்பு இல்லாவிட்டால், அவர்களின் வலிமை அழிந்து போயிருக்கும். அவர்களின் வலிமை இல்லாவிட்டால், கிடைத்த வாய்ப்புகள் வீணாகியும் இருக்கும்.

ஆகவே, மோசஸுக்கு எகிப்திலுள்ள இஸ்ரவேல் மக்கள் எகிப்தியர்களால் அடிமைகளாகவும் ஒடுக்கப்பட்டவர்களாகவும் இருப்பதைக் கண்டதும் அவர்களை விடுவிப்பது தேவையாக இருந்தது. மக்களும் மோசஸ் வழியைப் பின்பற்றித் தங்களின் அடிமை வாழ்க்கையில் இருந்து மீட்டுக்கொண்டனர். இதை மோசஸ் தனக்குக் கிடைத்த வாய்ப்பாகப் பயன்படுத்திக்கொண்டார் என்றுதான் கருதவேண்டும். ரோமுலஸ் பிறக்கும்போதே பெற்றவர்களால் கைவிடப்பட்டவர். அவர் தனது தந்தையின் நாடான ரோமை நிறுவினார். பெர்சியர்கள் மேதியர்களின் அரசாங்கத்தின் மீது அதிருப்தி அடைந்தவர்களாகவும், மேதியர்கள் நீண்ட காலமாக மந்தமாகச் செயல்படுவதை சைரஸ் கண்டறிந்து தங்களுடைய வாய்ப்பாகப் பயன்படுத்திக்கொண்டார். ஏதெனியர்கள் சிதறடிக்கப்பட்டதை அவர் கண்டுபிடிக்காதிருந்தால், தீசஸ் தனது திறனை வெளிப்படுத்தியிருக்க முடியாது. எனவே, இந்த வாய்ப்புகள்தான் அந்த மனிதர்களை அதிர்ஷ்டசாலிகளாக ஆக்கியது. மேலும் அவர்களின் உயர்ந்த வலிமை, அவர்களின் நாடு மேன்மைப்படுத்தப்படவும், பிரபலமடையவும் கிடைத்த வாய்ப்பாக அங்கீகரிக்க அவர்களுக்கு உதவியது.

ஒரு இளவரசனாகத் தனது வீரத்தால் ஒரு நாட்டை மிகவும் சிரமப்பட்டுப் பெறுகிறான். ஆனால், அவர்கள் அதை எளிதாகக் தக்கவைத்துக்கொள்கிறார்கள். ஆனால், அந்த நாட்டைப் பாதுகாத்து நிலைநிறுத்துவதற்காக அவர்கள் அறிமுகப்படுத்தும் புதிய விதிகள், புதிய சட்டங்களால்தான் பல சிரமங்கள் எழுகின்றன. ஆதலால், ஒரு நாட்டை வழி நடத்துவதைக் காட்டிலும் அந்த நாட்டைக் கைப்பற்றுவதில் பெரிய சிரமம் எதுவும் இல்லை என்பதைப் புரிந்துகொள்ள வேண்டும். புதிய சட்டங்களை ஆறிமுகப்படுத்தும் போது பல ஆபத்துக்கள் இருக்கிறது. அதில் வெற்றி நிச்சயமற்றது என்பதை நினைவில்

கொள்ள வேண்டும். ஏனென்றால் புதிய சட்டங்களுக்குப் பல எதிரிகள் உள்ளனர். பழைய தலைமைக்குக் கீழ் நல்ல பெயர் எடுத்தவர்கள், புதிய இளவரசனை எதிராக நினைப்பவர்கள், அமைதியாகப் புதிய இளவரசனின் கீழ் செயல்படுபவர்கள், ஆர்வமின்றி பணியாற்றுபவர்கள், புதிய சட்டங்களை நம்பாதவர்கள் என்று பகைமை எண்ணம் கொண்ட பலர் இருப்பார்கள். அவர்களிடம் அமைதியும் இருக்கும். தங்களுக்குத் தேவையான சந்தர்ப்பம் அமையும்போது பிரிவினை வாதத்தை முன்வைத்துத் தாக்குதல் நடத்துவார்கள். மற்றவர்கள் விருப்பமில்லாமல் தங்களைப் பாதுகாத்துக்கொள்ளும்போது, அவர்களுடன் சேர்ந்து இளவரசனும் ஆபத்துக்குள்ளாகிறான்.

எனவே, இந்த விஷயத்தை நாம் முழுமையாக விவாதிக்க விரும்பினால், ஒரு சில விஷயங்களைத் தெளிவுபடுத்திக்கொள்ள வேண்டும். புதிய இளவரசனுக்கு எதிராகத் துண்டப்படுபவர்கள் தங்கள் வலிமையை நம்பிப் போராடுகிறார்களா? அல்லது மற்றவர்களின் ஆதரவோடு போராடுகிறார்களா? என்பதை விசாரித்துக்கொள்வது அவசியம். அதாவது, தங்கள் அரசை முடிக்க நினைப்பவர்கள் இறைவனிடம் பிரார்த்தனை செய்ய வேண்டுமா? அல்லது அவர்களுடைய சக்தியைப் பயன்படுத்துகிறார்களா? என்பதுதான். முதல் நிகழ்வில் அவர்கள் எப்பொழுதும் மோசமாக வெற்றி பெறுவார்கள். ஆனால், அவர்கள் தங்களை நம்பி, சக்தியைப் பயன்படுத்தும்போது இளவரசனின் ஆட்சி ஆபத்தை உருவாக்குகிறது. ஆயுதம் ஏந்தியவர்கள் வன்முறையால் அழிக்கப்படுகிறார்கள். இதில், நிராயுதபாணிகளும் அழிக்கப்படுகிறார்கள். குறிப்பிடப்பட்ட காரணங்களைத் தவிர, மக்களின் இயல்பாக அதை வைத்துக்கொள்ள முடியும். ஆனால், மக்களின் நம்பிக்கையோடு அவர்களை நீண்டகாலமாக இயல்பாக வைத்திருப்பது சிரமம். எனவே, புதிய இளவரசன் மீது நம்பிக்கை இழந்து ஆயுதம் ஏந்தாமல் இருக்க, அவர்களை அடக்குமுறை மூலம் நம்ப வைப்பது அவசியம்.

மோசஸ், சைரஸ், தீசஸ் மற்றும் ரோமுலஸ் ஆகியோர் நிராயுதபாணிகளாக இருந்திருந்தால், அவர்களால் நீண்ட

காலமாக அவர்களின் நாட்டைத் தக்கவைத்திருக்க முடியாது. ஃபிரா ஜிரோலாமோ சவோனரோலா தனது அமைதியான புதிய ஒழுங்குமுறையால் அழிக்கப்பட்டார். மேலும் நம்பிக்கை கொண்டவர்களை உறுதியாக நம்ப வைத்ததும், நம்பாதவர்களை அடக்குமுறையால் நம்ப வைப்பதும் தவிர சிறந்த வழி எதுவுமில்லை. எனவே இது போன்று தங்கள் நாட்டை உருவாக்குவதில் பெரும் சிரமங்களை எதிர்கொள்கின்றனர். இதுபோன்ற அனைத்து ஆபத்துகளையும் தனது திறமையால் சமாளித்து, பல எதிரிகளின் சதியை முறியடித்து, அவர்களின் பொறாமைகளை அடியோடு அழித்து வெற்றியைக் கொண்டாடும் போதுதான் அந்த இளவரசன் மற்றவர்களால் மதிக்கப்படுகிறான். பின்னர் அந்த இளவரசர்கள் சக்தி வாய்ந்தவர்களாகவும், தமது ஆட்சியைப் பாதுகாப்பாகவும், கௌரவமாகவும், மகிழ்ச்சியாகவும் அவர்களால் ஆள முடியும்.

இந்தச் சிறந்த உதாரணங்களோடு நான் ஒரு சிறிய உதாரணத்தையும் சேர்க்க விரும்புகிறேன். நான் சொல்ல வந்த கருத்துக்கும், இந்த உதாரணத்திற்கும் சில ஒற்றுமைகள் உள்ளதால், அனைத்தும் மிக எளிமையாகப் புரியுமென்று நம்புகிறேன். அது ஹிரோ தி சைராகுசன்[1]. இவர் தனி நபராக இருந்து சிராகுஸின் இளவரசனாக உயர்ந்தார். அவர் அதிஷ்டத்தால் இதைப் பெறவில்லை. சிராகுசன்கள் மன்னரால் ஒடுக்கப்பட்டுக்கொண்டு இருந்தார்கள். அந்தச் சந்தர்ப்பத்தை அவர் கொண்டார். அதனால், ஹிரோவைத் தங்கள் தலைவனாகத் தேர்ந்தெடுத்தனர். பின்னர் அவனது முயற்சியால் இளவரசனாக அவன் உயர்ந்தான். அவர் தனிக் குடிமகனாக இருந்தபோதிலும் எந்தப் பின்புலமும் இல்லாமல் இளவரசனுக்கான எல்லாத் திறமைகளும் அவனிடம் இருந்தன. அவனைப் பற்றி எழுதியவர்கள், 'ஒரு ராஜாவாக இருக்க ஒரு ராஜ்ஜியம் தேவைப்பட்டதே தவிர, மற்ற எல்லாக் குணங்களும் இயற்கையாக அவனிடம் இருந்தது' என்று கூறினார்கள். ஹிரோ*, பழைய இராணுவத்தை ஒழித்து, புதிய இராணுவ அதிகாரத்தை வைத்துக்கொண்டார். பழைய

---

*. Hiero the Syracusan - கி.மு 307-இல் பிறந்த ஹிரோ மிமி, கிமு 216 இல் இறந்தார்.

நிர்வாகிகளை நீக்கிப் புதியவர்களைக் கொண்டுவந்தார். இப்படி அதிகாரிகள், நிர்வாகிகளை மாற்றி வலுவான அடித்தளத்தை அமைக்க முடிந்ததால் புதிய ராஜ்ஜியத்தை அவர்களால் உருவாக்க முடிந்தது. இதனால், அவர்கள் ராஜ்ஜியத்தை உருவாக்கச் சிரமப்பட்டாலும், அதை எளிதாகத் தக்கவைத்து கொண்டார்கள்.

அத்தியாயம் VII

மற்றவர்களின் பலத்தால் அல்லது நல்ல அதிர்ஷ்டத்தால் பெறப்பட்ட புதிய நாட்டைப் பற்றி

ஒரு சாதாரண குடிமகனாக அதிர்ஷ்டத்தால் இளவரசர்களாகப் பதவி கிடைத்து உயர்வதில் பெரிய சிரமம் எதுவும் இல்லை. ஆனால், அந்த உயர்வைத் தக்கவைத்துக்கொள்வது சிரமம். அவர்கள் மேலே உயர்வதற்குக்கூட எந்தச் சிரமமும் இருக்காது. ஏனென்றால் அதிர்ஷ்டம் அவர்களுடைய உச்சியை அடையப் பல வழிகளை அமைத்துக்கொடுக்கும். அத்தகைய உச்சியைத் தொட்ட பிறகு பல இன்னல்களைச் சந்திக்க வேண்டியது இருக்கும். ஒரு சில நாடுகள் பணத்திற்காகவோ அல்லது ஒருவனின் நற்செயல் நடத்தைக்காகவோ பரிசாக வழங்கப்பட்டிருக்கிறது. அப்படி கிரேக்கம், அயோனியா, ஹெலஸ்பான்ட் போன்ற நகரங்களில் பாதுகாப்பிற்காகவும், அவர்களின் மகிமையைப் பரப்புவதற்காகவும் டேரியஸால் (Darius) இளவரசர்கள் உருவாக்கப்பட்டனர். அதே போல் சில இடங்களில் இராணுவத்தின் சிப்பாய்களால் ஏற்பட்ட ஊழலால், சாதாரணக் குடிமகனாக இருந்து ஒரு சிலர் பேரரசுக்கு வந்தனர். இத்தகைய உயர்வுக்குக் காரணம் அவர்களின் நல்லெண்ணம், அதிர்ஷ்டம் என்று கூடச் சொல்லலாம். ஆனால், இந்த இரண்டும் மிகவும் நிலையற்ற விஷயங்கள். பதவிக்குத் தேவையான அறிவும் அவர்களிடம்

இல்லை. ஏனென்றால், அவர்களுடைய நற்பெயரும், மதிப்பும் நாட்டை நிர்வகிக்க உதவாது. சாதாரணக் குடிமகனாக இருந்து அதிகாரத்தில் இருப்பவர்களிடம் கட்டளையிட்டுப் பணிசெய்ய வைக்கும் திறனை அவர்களிடம் எதிர்பார்ப்பது நியாயமானதல்ல; மேலும், அவர்களுக்கு உதவக் கூடிய இராணுவம், விசுவாசமான நிர்வாகிகள் இல்லாததால், அந்த நாட்டைத் தக்க வைத்துக்கொள்வது ஆகப் பெரிய சிரமம்.

எதிர்பாராத விதமாக உருவாகும் புதிய நாடுகள், இயற்கையாகவே வேகமாக வளரும் தன்மை கொண்ட நாடாக இருக்கும். அதே சமயம் மற்ற நாடுகளுடன் நட்புறவு என்பது அவ்வளவு எளிதில் கிடைத்துவிடாது. எதிர்பாராத விதமாக அதிர்ஷ்டத்தால் இளவரசனானவர்கள், கிடைத்த நாட்டைத் தக்கவைத்துக்கொள்ள மிகவும் திறமையாகச் செயல்பட வேண்டும். அதற்கு, அவர்கள் மற்ற நாடுகளோடு நல்ல கடிதத் தொடர்புகளை ஏற்படுத்திக்கொள்ள வேண்டும். முந்தைய இளவரசர்கள் ஏற்படுத்தி வைத்திருந்த நல்ல எண்ணத்தை, புதிய இளவரசர்கள் அப்படியே பின்பற்றி தங்கள் நாட்டைத் தக்கவைத்துக்கொள்ள முடியும்.

திறமையால் அல்லது அதிர்ஷ்டத்தால் இளவரசராக உயர்ந்த வழிகளைப் பற்றிப் பேசும்போது, என் நினைவிலிருக்கும் இரண்டு உதாரணங்களைச் சொல்ல விரும்புகிறேன். அவர்கள் பிரான்சிஸ்கோ ஸ்ஃபோர்சா* மற்றும் சிசரே போர்ஜியா (Cesare Borgia). பிரான்சிஸ்கோ சரியான வழிமுறைகளாலும், திறமையாலும், சிறந்த குடிமகனாக இருந்து மிலனின் மன்னனாக உயர்ந்தார். மேலும் அவர் ஆயிரம் கனவுகளுடன் வாங்கிய ராஜ்ஜியத்தைச் சிறிதும் சிரமமின்றி தக்க வைத்துக்கொள்ள முடிந்தது. மறுபுறம், டியூக் வாலண்டினோவால் அழைக்கப்பட்ட சிசரே போர்ஜியா தனது தந்தையின் மரணத்திற்குப் பிறகு அரச பதவியைப் பெற்றார். அவன் செய்ய வேண்டிய

---

* பிரான்சிஸ்கோ ஸ்ஃபோர்சா (Francesco Sforza) - 1401-இல் பிறந்தார். 1466-இல் இறந்தார். அவர் மிலனின் பிரபு பிலிப்போ விஸ்கொண்டியின் மகளான பியான்கா மரியா விஸ்கொண்டியை மணந்தார், தனது மாமனாரின் மரணத்திற்குப் பிறகு இவர் டச்சிக்கு மன்னர் பொறுப்பேற்றார்.

அனைத்து நடவடிக்கைகளை எடுத்தாலும், தனது நாட்டின் வீழ்ச்சியிலிருந்து அவரால் காப்பாற்ற முடியவில்லை. புத்திசாலி மனிதர்களின் யோசனை, திறமையான மனிதர்கள், மற்றவர்களின் இராணுவங்கள் என்று வழங்கிய நிலைகளிலும் தனது நாட்டில் அவரால் நிலைநிறுத்த முடியவில்லை.

ஏனென்றால், மேலே கூறியது போல், நாட்டை அமைப்பதில் முதலில் சரியான அடித்தளத்தை அமைக்காதவர் பின்னர் அதை நிர்வகிப்பதற்குப் பெரும் சிரமத்தைச் சந்திக்க வேண்டியதிருக்கும். புதிய நாட்டை உருவாக்கும்போது மேற்கொள்ளும் பல நடவடிக்கைகளுக்கு ஆபத்துடனும் போராட வேண்டியதிருக்கும். எனவே, இளவரசன் எடுத்த அனைத்து நடவடிக்கைகளையும் சரியான அடித்தளம் அமைத்துச் செயல்பட்டால், எதிர்கால ஆட்சிக்கு அந்த அடித்தளம் உறுதியாக இருக்கும் என்பதைக் காணலாம். மேலும், அவற்றைப் பற்றி நான் விவாதிப்பதால் இதில் சிறந்தவன் என்று கருதவில்லை. ஏனென்றால் இதில் எது சிறந்த கட்டளைகளை வழங்குவது என்று எனக்குத் தெரியாது. ஒரு நாட்டைப் புதிதாகப் பதவியேற்ற இளவரசன், அவனுடைய இயற்கையான குணங்கள் நிர்வகிக்கப் பயனளிக்கவில்லை என்றால், அது அவனுடைய தவறல்ல. அவனது அதீத அதிர்ஷ்டத்தால் ஏற்பட்ட தீமையாகும்.

ஆறாம் அலெக்சாண்டர், தனது மகனை டியூக்காகப் பெருமைப்படுத்த விரும்பும் போது உடனடியாகவும், அதன்பின்னும் பல சிரமங்களைச் சந்தித்தார். முதலாவதாக, தேவாலயத்தின் பிடியில் இல்லாத எந்த நாட்டையும் தனது மகனை மன்னனாக மாற்றும் வழியை அவர் காணவில்லை. அவர் தேவாலயத்தைக் கொள்ளையடிக்கத் தயாராக இருந்தாலும், மிலன் பிரபுக்களும் வெனிஷியர்களும் சம்மதிக்கமாட்டார்கள் என்பதை அவர் அறிந்திருந்தார். ஏனெனில் ஃபென்சாவும் (Faenza), ரிமினியும் (Rimini) ஏற்கெனவே வெனிஸ்வாசிகளின் பாதுகாப்பில் இருந்தனர். இது தவிர, அவர் இத்தாலியின் இராணுவ பலத்தைக் குறித்து அறிந்தவர். குறிப்பாக அவருக்கு உதவக்கூடிய இராணுவங்கள், போப்பின் பதவி உயர்வுக்கு அச்சுறுத்தும் வகையில் இருந்தது. அதாவது ஆர்ஸினி, கொலோனேசி,

அவர்களைப் பின்பற்றுபவர்களின் கையில் இருந்தது. எனவே, இந்த விவகாரத்தைச் சீர்குலைத்து, அதிகாரங்களைச் பிரச்சினையில் சிக்கவைத்து, அவர்களுடைய நாட்டின் ஒரு பகுதியில் தன்னை மன்னராக்கிக்கொள்ள வேண்டும் என்று நினைத்தார். இது அவருக்கு எளிதாக இருந்தது. ஏனென்றால் வெனிஷியர்கள் ஒரு சில காரணங்களுக்காக பிரெஞ்சுக்காரர்களை இத்தாலிக்குத் திரும்பக் கொண்டுவர விரும்பினர். இதனால், மன்னர் வெனிஷியர்களின் உதவியுடனும் அலெக்சாண்டரின் சம்மதத்துடனும் இத்தாலிக்கு வந்தார். அவர் மிலனுக்கு வந்தவுடன் ரோமக்னா (Romagna) மீதான போர் தொடுப்பதற்காக போப்பிடமிருந்து இராணுவத்தைப் பெற்றார். இதனால், மன்னரின் மீது அவர்களுக்கு நன்மரியாதை பெற வழிவகுத்தது. எனவே, மன்னர் ரோமக்னாவை வென்று, கோலான்னாவையும் வெற்றி கொண்டார். அதைத் தக்கவைத்து மேலும் முன்னேற விரும்பியபோது, இரண்டு விஷயங்கள் அவருக்குத் தடையாக இருந்தது: ஒன்று, அவரது படைகள் அவருக்கு விசுவாசமாக இல்லை. மற்றொன்று, பிரான்சின் நல்லெண்ணம். அதாவது, தான் பயன்படுத்தும் ஆர்ஸினியின் இராணுவம் தன்னுடன் நிற்காது என்றும், மேலும் வெற்றி பெறுவதற்கு அவர்கள் தடையாக இருப்பார்கள் என்றும் நினைத்தார். அது மட்டுமில்லாமல், தான் வென்றதை அவர்கள் கைப்பற்றிவிடலாம் என்றும், அதற்கு அவர்களுடைய மன்னர் ஆதரவு அளிப்பார் என்றும் அவர் அஞ்சினார். ஃபென்சாவைக் கைப்பற்றிய பின், போலோக்னாவின் மீது தாக்குதல் நடத்தும்போது ஆர்ஸினியின் இராணுவம் பற்றிய எச்சரிக்கைச் செய்தி ஒன்று வந்தது. அந்தத் தாக்குதலுக்கு அவர்கள் விருப்பமில்லை என்று தெரியவந்தது. அவர் டச்சி ஆஃப் அர்பினோவைக் கைப்பற்றிய பிறகு, டஸ்கனியைத் தாக்கியபோது மன்னரின் மனநிலையைத் தெரிந்துகொண்டார். மேலும் மன்னர் தனது முயற்சிக்குத் தடையாகவும் இருந்தார். எனவே ஆறாம் அலெக்சாண்டர் மற்றவர்களின் இராணுவம், அதிர்ஷ்டத்தை நம்பியிருக்கக் கூடாது என்று முடிவு செய்தார்.

முதலில் ரோமிலுள்ள ஆர்ஸினி, கோலோன் ஆதரவாளர்களை வலுவிழக்கச் செய்தான். அவர்களைப்

பின்பற்றுபவர்களைத் தன் வசம் இழுக்க, அவர்களுக்கு நல்ல ஊதியம் அளித்து, அவர்களின் அந்தஸ்துக்கு ஏற்பப் பதவியையும் அதிகாரத்தையும் அளித்து கௌரவித்தார். இதனால் அவர்களுக்குள் இருந்த பிரிவுகள் அனைத்தும் மறந்து, அனைவரும் டியூக் பக்கம் நின்றனர். இதற்குப் பிறகு, கோலோன் ஆதரவாளர்களைச் சிதறடித்து, ஆர்ஸினியை நசுக்குவதற்கான நல்ல வாய்ப்பிற்காகக் காத்திருந்தார். இது அவருக்கு விரைவில் கிடைக்க, அதை நன்றாகப் பயன்படுத்தினார். டியூக் மற்றும் தேவாலயம் வலிமை பெற்றால் தங்களுடைய அழிவுக்கு வழிவகுக்கும் என்று ஆர்ஸினியர்கள் நீண்ட காலமாக உணர்ந்த விஷயம். அதனால், பெருஜியாவில் (Perugia) ஒரு பகுதியான மாஜியோனின் (Magione) கூட்டத்தை நடத்தினர். இதிலிருந்து அர்பினோவில் கிளர்ச்சியும், ரோமக்னாவில் கொந்தளிப்புகளும் தோன்றியது. இதன்மூலம் டியூக்கிற்குப் பெரும் ஆபத்துகள் காத்திருந்தன. இவை அனைத்தையும் அவர் பிரெஞ்சுக்காரர்களின் உதவியுடன் வெற்றிபெற்றார். தனது அதிகாரத்தை நிலைநாட்டிய பிறகு, பிரெஞ்சு இராணுவத்தையோ அல்லது இதர வெளியாட்களின் படைகளை நம்பியோ எதையும் செய்யக்கூடாது என்று முடிவெடுத்தார். தான் நினைப்பது எதுவும் வெளியில் தெரியாதவாரு தந்திரமாக நடந்துகொண்டார். டியூக் ஆர்ஸினியருக்குப் பணம், ஆடைகள், குதிரைகள் ஆகியவற்றைக் கொடுத்து, அவர்களைத் தன் பக்கத்தில் ஈர்த்தார். இதனால், ஆர்ஸினி சமரசம் செய்துகொண்டார். இதனால் **சினிகாக்லியாவைத்*** தனது அதிகாரத்தின் கீழ் கொண்டு வந்தார். அங்கிருந்த தலைவர்களை அழித்து, அவர்களின் ஆதரவாளர்களைத் தனது நண்பர்களாக மாற்றிய பின்னர், டியூக் தனது அதிகாரத்திற்குப் போதுமான நல்ல அடித்தளத்தை அமைத்துக்கொண்டார். மேலும், ரோமக்னா முழுவதையும், அர்பினோவையும் தனது கட்டுப்பாட்டுக்குள் கொண்டு வந்தார். மக்கள் கிளர்ச்சியில் ஈடுபடாமல், அவர்களின் செழிப்பைப் பாராட்டத் தொடங்கினர். இவை அனைத்தும் அவரது முயற்சியால் கிடைக்கப் பெற்றார். இதைப் பின்பற்றி

* சினிகாக்லியா (Sinigalia) - 31 டிசம்பர் 1502-இல் இறந்தார்.

மற்றவர்கள் கவனிக்க, அதைக் குறிப்பிடாமல் விட்டுவிட மனம் விருப்பமில்லை.

டியூக் ரோமக்னாவைக் கைப்பற்றியபோது, அது பலவீனமான நிர்வாகிகளிடம் இருப்பதைக் கண்டார். மக்களை ஆட்சி செய்வதை விட செல்வங்களைச் சுரண்டுவதில் அவர்கள் ஆர்வம் காட்டினர். மேலும் மக்களிடம் ஒற்றுமையை ஏற்படுத்துவதை விட அவர்களின் பிரிவினைக்குக் காரணமாகவும் அவர்கள் இருந்தார்கள். இதனால் நாடு முழுவதும் கொள்ளை, சண்டைகள், சச்சரவுகள் என்று அனைத்து வகையான வன்முறைகளும் நிகழ்ந்துகொண்டிருந்தன. அங்கு அமைதியையும், நிர்வாகிகள் அதிகாரத்திற்குக் கீழ்ப்படிதலையும் கொண்டுவர ஒரு நல்ல ஆளுநரை நியமிப்பது அவசியமென்று அவர் கருதினார். அதன்பிறகு அவர் 'மெஸ்ஸர் ராமிரோ டி ஆர்கோ' (Ramiro de Lorqua – ராமிரோ டி லோர்குவா என்று கூட அழைப்பார்கள்) என்பவரைப் பதவி உயர்வு கொடுத்தார். அவர் மிகவும் வேகமாகவும், கொடூரமான மனிதராகவும் இருந்தார். டியூக் அவருக்கு முழு அதிகாரத்தையும் கொடுத்தார். இந்த மனிதன் குறுகிய காலத்தில் அமைதியையும் ஒற்றுமையையும் மிகப் பெரிய வெற்றியுடன் மீட்டெடுத்தான். பின்னர், டியூக் அத்தகைய அதிகப்படியான அதிகாரத்தை வழங்குவது நல்லதல்ல என்று கருதினார். ஏனென்றால் அவர் வெறுக்கத்தக்க மனிதராக மாறுவார் என்பதில் சந்தேகமில்லை. அதனால், தனது நாட்டில் திறமையான ஜனாதிபதியின் கீழ் நீதியை நிலைநாட்ட நீதிமன்றத்தை அமைத்தார். அதில் மக்களுக்காக நீதிமன்றத்தில் வாதாட வழக்கறிஞர்களையும் நியமித்தார். கடந்த கால நடவடிக்கையால் மக்கள் சிலருக்கு வெறுப்புணர்வு உண்டாகி இருப்பதை அவர் அறிந்திருந்தார். அதனால், மக்கள் மனத்தில் தன் மீது நல்லெண்ணத்தை ஏற்படுத்தவும், நம்பிக்கையை முழுமையாக வைத்து ஆதாயப்படுத்திக் கொள்ளவும் நினைத்தார். மக்களுக்கு ஏதாவது கொடுமை நடந்தால் அதற்குத் தான் பொறுப்பல்ல, அமைச்சர்கள்தான் காரணம் என்பதைக் காட்ட விரும்பினார். தனது பாசாங்கை மக்கள் நம்ப வேண்டும் என்பதற்காக ஒருநாள் காலையில் ராமிரோவுக்கு மரண தண்டனை வழங்கினார். மேலும்

அவருக்குப் பக்கத்தில் ஒரு இரத்தம் தோய்ந்த கத்தியுடன் செசெனாவின் பியாஸாவில் உடலை வைத்தார். இந்தக் காட்டுமிராண்டித்தனக் காட்சிகள் மக்களிடம் ஓரளவுக்குத் திருப்தியை ஏற்படுத்தியது.

மீண்டும் நாம் தொடங்கிய இடத்திற்குத் திரும்புவோம். இப்போது டியூக் வலிமையானவராகவும், தனக்கு வரும் ஆபத்துகளைக் கண்டறிந்து தன்னைப் பாதுகாத்துக்கொள்ளவும், தனது திறமையால் இராணுவம் கொண்டு தீர்வு காணவும் அறிந்திருந்தார். மேலும், தனது வெற்றியைத் தொடர விரும்பியதால், தனக்குத் தடையாக இருக்கக்கூடிய சக்திகளை நசுக்கினார். அடுத்ததாக பிரான்சைக் கைப்பற்ற வேண்டும் என்று நினைத்தார். ஏனென்றால், தனது தவறைத் தாமதமாக அறிந்த மன்னர் தன்னை ஆதரிக்கமாட்டார் என்பதை டியூக் நினைத்தார். இந்நேரத்தில் அவர் தனது புதிய கூட்டணிகளைத் தேடத் தொடங்கியிருப்பார். மேலும் கெய்ட்டாவை முற்றுகையிட்ட ஸ்பெயினியர்களுக்கு எதிராக நேபிள்ஸ் பேரரசை எதிர்த்துப் பயணம் செய்துகொண்டிருந்த பிரான்சுடன் அவர் சமரசம் செய்ய வேண்டியதாக இருந்தது. தன்னை எல்லா வழிகளிலும் பாதுகாத்துக் கொள்வது அவரது நோக்கமாகவும் இருந்தது. மாவீரன் அலெக்சாண்டர் உயிரோடிருந்தால், இதை அவர் விரைவில் நிறைவேற்றியிருப்பார்.

நிகழ்கால விவகாரங்களில் அவருடைய நடவடிக்கைகள் சரியாக இருந்தாலும், எதிர்காலத்தைப் பொறுத்தவரை அவர் அச்சப்பட வேண்டிய விஷயங்கள் பல இருந்தன. முதலில், தேவாலயத்தின் புதிய நிர்வாகிகள் தன்னுடன் நட்பாக இருப்பார்கள் என்பதில் உறுதியாக இருக்க முடியாது. அலெக்சாண்டர் அவருக்குக் கொடுத்த அதிகாரத்தைத் திரும்ப பெற முயற்சிகள் செய்யலாம் என்று அவர் அச்சப்பட வேண்டியதாக இருந்தது. அதனால், இதை நான்கு வழிகளில் செயல்பட முடிவு செய்தார். முதலாவதாக, அவர் பதவி நீக்கம் செய்த பிரபுக்களின் குடும்பங்களை அழித்தார். இதன்மூலம் போப்பிடம் சாக்குப்போக்கைச் சொல்லுவதைத் தவிர்த்தார். இரண்டாவதாக, ரோமிலுள்ள முக்கிய மனிதர்களைத் தன் பக்கம் இழுப்பதின் மூலம், அவர்களின் உதவியுடன்

போப்பைக் கட்டுப்படுத்த நினைத்தார். மூன்றாவதாக, தனக்குச் சாதகமாகச் செயல்படுபவர்களை அரசியல் அதிகாரத்தில் அதிகப்படுத்தினார். நான்காவதாக, போப் இறப்பதற்கு முன் தனது நடவடிக்கையால் அவர் அதிர்ச்சியடைந்து எதிர்ப்பதற்குள் அனைத்து அதிகாரத்தையும் முழுமையாகப் பெற்றுவிட வேண்டுமென்று திட்டம்போட்டார். இந்த நான்கு விஷயங்களில், அலெக்சாண்டரின் மரணத்திற்குமுன் மூன்றை நிறைவேற்றினார். அவர் பதவி நீக்கம் செய்த பிரபுக்கள் பலரைக் கொன்றார். மேலும் ஒரு சிலர் தப்பிச் சென்றனர். ரோமானிய முக்கிய மனிதர்களைத் தன் பக்கம் இழுத்தார். மேலும் தனக்கு ஆதரவாகச் செயல்படும் அதிகாரிகளின் எண்ணிக்கையை அதிகப்படுத்தினார். அதனால், புதிதாகக் கைப்பற்றிய இடங்களுக்கு டஸ்கனியைத் தலைவராக்க விரும்பினார். ஏனென்றால் அவன் ஏற்கெனவே பெருகியா மற்றும் பியோம்பினோவைக் கைப்பற்றியிருந்தான். மேலும் பீஸா அவனது பாதுகாப்பில் இருந்தது. இனி பிரான்சை உதவி தேவையில்லாததால் (ஏற்கெனவே நேபிள்ஸ் ராஜ ஜியத்திலிருந்து ஸ்பெயினியர்களால் பிரெஞ்சுக்காரர்கள் வெளியேற்றப்பட்டனர். மேலும், இந்த வழியில் இருவரும் டியூக்கின் நல்லெண்ணத்தை வாங்க வேண்டிய கட்டாயம் ஏற்பட்டது), அவன் பீஸா மீது தாக்குதல் நடத்தினார். அதன் பிறகு, ஃப்ளோரன்டைன்கள் மீதான பயத்தின் காரணமாக லூக்காவும் சியானாவும் பிரித்தார். அலெக்சாண்டர் இறந்த ஆண்டில் டியூக் பல வெற்றிகளைப் பெற்று முன்னேறிக் கொண்டிருந்ததால் ஃப்ளோரன்டைன்களுக்கு வேறு எதுவும் இல்லை. ஏனென்றால் தனது படைப்பலத்தால் நற்பெயரை அதிகம் பெற்றிருந்ததால், இனி அதிர்ஷ்டத்தையும், பிறர் பலத்தையும் நம்பியிருக்கத் தேவையில்லை. தனது திறமையால் யாருடைய உதவியுமில்லாமல் முன்னேற முடியும் என்று காட்டினார்.

ஆனால், அலெக்சாண்டர் தனது வாளை உருவிய ஐந்து ஆண்டுகளுக்குப் பிறகு இறந்தார். அவர் ரோமக்னாவைப் பலப்படுத்தும் பொறுப்பை மட்டும் டியூக்கிடம் கொடுத்தார். மற்றது அனைத்தும் காற்றில் கரைந்தது. இரண்டு சக்திவாய்ந்த எதிரிப் படைகளுக்கும் இடையில், நோய்வாய்ப்பட்டு மரணத்தைச் சந்திக்கும் நிலையிலும் டியூக் தைரியத்துடனும்

திறமையுடனும் செயல்பட்டார். மனிதர்களை எப்படி வெற்றி பெற முடியும் என்பதையும் நன்கு அறிந்திருந்தார். தேவையான இராணுவங்கள் அவரிடம் இருந்ததால், மிகக் குறுகிய காலத்தில் வலுவான அடித்தளத்தை அமைத்துக்கொண்டார். ரோமில் பாதி உயிருடன் இருந்தாலும் ஒரு மாதத்தின் மேல் பாதுகாப்பாக இருந்தார். ஒருவேளை அவர் நல்ல ஆரோக்கியத்துடன் இருந்திருந்தால், மேலும் தொடர்ந்து வந்த எல்லாச் சிரமங்களையும் சமாளித்திருப்பார். பக்லியானி, விட்டெல்லி, ஆர்ஸினியர்கள் ரோம்முக்கு எதிராகத் தாக்குதல் நடத்த முடியுமென்ற நிலை இருந்தாலும் அவர்களால் எதையும் செய்ய முடியவில்லை. அவர் விரும்பியவரை போப் ஆக்கியிருக்க முடியாவிட்டாலும், குறைந்தபட்சம் விரும்பாதவருக்குப் பதவி வழங்காமல் இருந்திருக்கலாம். ஆனால், **அலெக்சாண்டரின்** மரணத்தின் போது அவர் நல்ல ஆரோக்கியத்துடன் இருந்திருந்தால்,* அனைத்தும் அவருக்குச் சுலபமாக அமைந்திருக்கும். **இரண்டாம் ஜூலியஸ்**** தேர்ந்தெடுக்கப்பட்ட நாளில், அவர் தனது தந்தையின் மரணத்திற்குப் பிறகு என்னென்ன நிகழக்கூடும் என்பதைப் பற்றி என்னிடம் கேட்டார். அதற்கான எல்லாத் தீர்வுகளுக்கும் தன்னைத் தயார் நிலையில் வைத்திருந்தான். எல்லாவற்றையும் எதிர்ப்பார்த்தவருக்குத் தனது மரணத்தைப் பற்றி எந்த் எதிர்பார்ப்பும் இல்லை. அவரும் இறக்கும் நிலையில் இருந்தார்.

டியூக்கின் எல்லாச் செயல்களையும் நினைவு கூர்ந்து பார்க்கும்போது, அவரை எப்படிக் குறை கூறுவதென்று எனக்குத் தெரியவில்லை. இருந்தாலும், நான் முன்பே கூறியது போல், அதிர்ஷ்டம் அல்லது பிறரின் இராணுவத்தைக் கொண்டு நாட்டை அமைக்க நினைக்கும் அனைவருக்கும் நான் டியூக்கைப் பின்பற்ற வேண்டுமென்று கூறுவேன். ஏனென்றால், அவர் ஒரு உயர்ந்த மனப்பான்மை மற்றும் தொலைநோக்கு நோக்கங்களைக் கொண்டவர். இல்லையெனில் அவரால்

---

* அலெக்சாண்டர் VI காய்ச்சலால் இறந்தார், 18 ஆகஸ்ட் 1503.

** ஜூலியஸ் II (Giuliano della Rovere என்பவர்) 1443-இல் பிறந்து, 1513-இல் இறந்தார்.

இவ்வளவு விரைவாக ஒழுங்குபடுத்தியிருக்க முடியாது. மேலும் அலெக்சாண்டரின் குறுகிய கால வாழ்க்கை, அவரது நோய் அவருடைய அனைத்துத் திட்டங்களையும் தோல்வியடையச் செய்தது. எனவே, புதிய நாட்டை அமைப்பவன் முதலில் தன்னைப் பாதுகாத்துக்கொள்ள வேண்டும். நண்பர்களைத் தனது வலிமையாலோ அல்லது மோசடியாலோ பெற வேண்டும். மக்கள் மன்னனை அச்சத்தாலோ அல்லது அன்பாலோ விரும்பியாக வேண்டும். படைவீரர்கள் தன்னை மதிக்க வேண்டும். தன்னை அழிக்க நினைப்பவர்களை அழிப்பதும் அவசியம் என்று கருத வேண்டும். தன்னைக் காயப்படுத்திய பழைய விஷயங்களைப் புதியதாக மாற்ற வேண்டும். கருணை, பெருந்தன்மை, தாராள மனப்பான்மை, விசுவாசமற்றவர்கள் போன்ற எந்தக் குணமும் இராணுவத்திடம் இருக்கக்கூடாது. மற்ற மன்னர்கள், இளவரசர்களுடன் நட்பைப் பேணி சக்தியை வளர்ப்பதாகட்டும் அல்லது அவர்களோடு மோதும் போது மிகக் கவனமாகச் செயல்படுவதாகட்டும், இந்த டியூக்கின் செயல்களை விடச் சிறந்த உதாரணத்தைக் கண்டடைய முடியாது.

ஜூலியஸ் இரண்டாவதாகத் தேர்ந்தெடுக்கப்பட்டதற்கு அவரை மட்டுமே குற்றம் சாட்ட முடியும். அது மிகவும் மோசமான தேர்வாகும். ஏனெனில், அவரது சொந்த மனத்தின் விருப்பப்படி போப்பைத் தேர்ந்தெடுக்க முடியவில்லை. குறைந்தபட்சம் விரும்பாத ஒருவரை போப் ஆக்கப்படுவதைத் தடுக்கலாம்; தன்னால் காயப்படுத்தப்பட்ட ஒருவரை போப்பாகப் பதவி உயர்த்துவதற்கு அவர் சம்மதித்திருக்கக் கூடாது. ஏனென்றால் வெறுப்பின் காரணமாகக் காயப்பட்டவர்கள் அவ்வளவு எளிதில் மறக்கமாட்டார்கள். அவரால் காயப்படுத்தியவர்களில் San Pietro ad Vincula, Colonna, San Giorgio, Ascanio ஆகியோர் அடங்குவார்கள்.* அவர் ரோயன் போப்பாக ஆவதற்குச் சம்மதித்திருக்க வேண்டும். ஏனென்றால், அவரிடம் அச்சம் இருந்தது. பிரான்ஸ் ராஜ்ஜித்திடம் அவர் நல்ல உறவுடன் இருந்தார். எல்லாவற்றிற்கும் மேலாக, டியூக் ஒரு

---

* San Giorgio என்பது Raffaello Riario. Ascanio என்பது Ascanio Sforza.

ஸ்பானியனையாவது போப்பாக உருவாக்கியிருக்க வேண்டும். அதில் அவர் தோல்வியுற்றால், தவறானவர்களுக்குப் பதவி வழங்கியாக வேண்டியதாக இருந்தது. "புதிய பலன்கள், பெரிய பதவிகள் வழங்குவதால் நம்மால் காயப்பட்டவர்கள், அதை மறப்பார்கள் என்று நம்புகிறவன் ஏமாற்றப்படுகிறான்." எனவே, டியூக் தனது தேர்வில் தவறிழைத்து, தனது அழிவுக்கு அவரே காரணமாக இருந்தார்.

அத்தியாயம் VIII

தவறான வழிகளில் வெற்றிபெற்ற நாடுகளைப் பற்றி

ஒரு சாதாரண மனிதன் இளவரசனாக இரண்டு வழிகளில் அதிர்ஷ்டத்தாலும் வலிமையாலும் உயர்கிறான். ஆனால், இது ஒன்றோடு ஒன்றைச் சார்ந்திருக்கிறது என்பதை என்னால் விளக்காமல் இருக்க முடியாது. இருப்பினும் நாம் குடியரசுகள் பற்றி விவாதிக்கும்போது ஒரு விஷயத்தை அதிகமாகச் சொல்ல வேண்டியது இருக்கிறது. இந்த முறைகளில் ஒரு சிலர் பொல்லாத வழிகளினாலோ அல்லது குறுக்கு வழியினாலோ நாட்டின் இளவரசனாக உயர்ந்திருக்கிறார்கள். இன்னும் சிலர் தனது நாட்டின் சொந்தக் குடிமக்களின் ஆதரவில் இளவரசராக உயர்ந்திருக்கிறார்கள். குறுக்குவழியில் நாட்டை அடைவதுதான் வழியென்று சொல்லவில்லை. அந்த வழியைப் பின்பற்ற வேண்டும் என்று விரும்புகிறவர்கள் இந்த இரண்டு உதாரணங்களைக் கருத்தில்கொள்ள வேண்டும்.

ஒரு சாதாரண சிசிலியன் குடிமகனான **அகதோகிள்ஸ்*** தனிமனிதனாக மட்டுமல்லாமல் மிகவும் பின்தங்கிய நிலையில் இருந்து சைராகுஸின் மன்னரானார். ஒரு குயவனின் மகனான அவர், தனது துரதிஷ்டமான வாழ்க்கையில் மிகவும் இழிவாக நடத்தப்பட்டான். இருந்தாலும், அந்த நிலையிலும்

---

* அகத்தோக்கிள்ஸ் (Agathocles) - கி.மு. 361-இல் பிறந்து, கி.மு. 289-இல் இறந்தார்.

தனது உடல் வலிமையினாலும், புத்திக் கூர்மையினாலும் இராணுவத்தில் சேர்ந்தார். இராணுவ வேலையில் தன்னை அர்ப்பணித்து, படிப்படியாகத் தன்னை உயர்த்தி சைராகுஸின் இராணுவப் பிரிவுக்குத் தலைவனானான். அந்தப் பதவியில் தன்னை நிலைநிறுத்திக் கொண்டு, மன உறுதியுடன் தன்னை இளவரசனாக்கிக்கொள்ளத் தீர்மானித்தான். அதற்காக அவன் யாரையும் சார்ந்திருக்காமல், யாருக்கும் நன்றிக் கடன் செலுத்தாமல் சாதிக்க வேண்டுமென்று நினைத்தான். இதற்காகச் சிசிலியில் தனது இராணுவத்துடன் போரிட்டுக் கொண்டிருந்த கார்தீஜினியரான ஹாமில்காருடன் (Amilcar) ஒரு புரிந்துணர்வு ஒப்பந்தம் செய்துகொண்டார். ஒரு நாள் காலை அவர் குடியரசு பற்றிய விஷயங்களை விவாதிக்க வேண்டும் என்று கூறி சிராகுஸின் மக்களையும், அதன் செனட்டையும் அழைத்துச் சென்றார். பிறகு, தனது இராணுவத்திற்குச் சைகை காட்ட அவர்கள் செனட்டர்களையும், செல்வந்த மக்களையும் கொன்று குவித்தனர். மற்றவர்கள் அதிர்ச்சியில் உரைந்து நின்றனர். அகதோகிள்ஸ் தன்னை இளவரசன் என்று அறிவித்துக்கொள்ளும்போது, மக்கள் எந்தவிதமான சிவில் கலகமும் இல்லாமல் அமைதியாக இருந்தனர். இரண்டு முறை கார்தீஜினியர்கள் தாக்குதல் நடத்தினாலும், அவர்களால் முற்றுகையிடப்பட்டாலும், அவர் தனது நகரத்தைப் பாதுகாக்கத் தனது ஆட்களில் ஒரு பகுதியை விட்டுவிட்டு, மற்றவர்களுடன் ஆப்பிரிக்காவைத் தாக்குதல் நடத்தி அதை முற்றுகையிட்டுக் கைப்பற்றினான். சைராகுஸின் முற்றுகையானது தகர்க்கப்பட்டு கார்தீஜினியர்கள் கைப்பற்றினாலும், அவர் இராணுவம் அதிகமாகவே சேதப்பட்டுத்தப்பட்டிருந்தது. அதனால், அவர்கள் அகத்தோக்கிள்ஸுடன் உடன்பட வேண்டிய கட்டாயம் ஏற்பட்டு, சிசிலியை அவனிடம் விட்டுவிட்டு, ஆப்பிரிக்காவை மீட்டெடுக்க வேண்டியிருந்தது.

எனவே, அகதோகிள்ஸின் செயல்களையும், புத்திக்கூர்மையையும் பாராட்ட நினைப்பவர்கள், மேலே குறிப்பிட்டபடி அவன் யாருடைய தயவாலும் அதை அடையவில்லை என்பதற்காக மட்டும்தான். ஆதனால், அவனை முன்னுதாரணமாகக் கொண்டால், அதில்

அதிர்ஷ்டம் சிறிது கூட இல்லை என்பது தெரியும். இராணுவத் தொழிலில் படிப்படியாக முன்னேறி, ஆயிரம் தொல்லைகள், ஆபத்துகளுடன் போராடி, பின்னர் பல அபாயகரமான சந்தர்ப்பங்களைத் தைரியமாக எதிர்கொண்டான். ஆயினும், அவன் சக குடிமக்களைக் கொல்வது, நண்பர்களை ஏமாற்றுவது, யார் மீதும் நம்பிக்கை இல்லாமல் இருப்பது, இரக்கம் இல்லாமல் நடந்துகொள்வது, மத நம்பிக்கை இல்லாமல் நடப்பது என்று அனைத்தையும் திறமை என்று சொல்ல முடியாது. இத்தகைய வழி முறைகள் ஒருவனை பேரரசனாக்கலாம். ஆனால், எந்தக் காலத்திலும் அது நற்பெயரைப் பெற்றுத் தராது. இருந்தாலும், அகதோகிள்ஸின் தைரியத்தையும், ஆபத்துக்களில் எதிர்கொண்டு அதிலிருந்து விடுபடுவதையும், கஷ்டங்களைத் தாங்கிச் சமாளிப்பதையும், அவனது மகத்துவத்தையும் அனைத்தையும் சேர்த்து கருத்தில் கொண்டால் மற்ற தலைவர்களை விடக் குறைவாக மதிக்கப்படவில்லை என்பது தெளிவாகும். அதே சமயம், அவனது காட்டுமிராண்டித்தனமான கொடூரம், எல்லையற்ற தீமையான குணம், மனிதாபிமானமற்ற தன்மை ஆகியவை அவனை மிகச் சிறந்த மனிதனாகக் கொண்டாடப்படத் தடைகளாக இருந்தன. அவர் சாதித்ததை அதிர்ஷ்டத்தாலோ, புத்திக் கூர்மையாலோ என்று கூறவும் முடியாது.

நம்முடைய காலத்தில், ஆறாவது அலெக்சாண்டரின் ஆட்சிக்கு முன்பு, பல ஆண்டுகளாக அனாதையாக விடப்பட்ட ஆலிவெரோட்டோ டி ஃபெர்மோ (Oliverotto da Fermo) என்பவன் அவனது தாய்வழி மாமாவான ஜியோவான்னி ஃபோக்லியானியால் வளர்க்கப்பட்டான். மேலும் அவனது இளமைப் பருவத்தின் ஆரம்ப நாட்களில் பகோலோ விட்டெல்லியின் (Pagolo Vitelli) கீழ் போரிட அனுப்பப்பட்டான். அவரது ஒழுக்கத்தின் கீழ் பயிற்சி பெற்றால், ஆலிவெரோட்டோ இராணுவத்தில் சில உயர் பதவிகளை அடைந்தான். பகோலோ இறந்த பிறகு, அவர் தனது சகோதரர் விட்டெல்லோசோவின் கீழ் சண்டையிட்டான். மிகக் குறுகிய காலத்தில், தனது புத்திசாலித்தனம், துடிப்பான உடல், மன தைரியத்தால், அவன் இராணுவத்தில் பெரிய பதவியை அடைந்தான். இருந்தாலும், மற்றவர்களின் கீழ் பணியாற்றுவது ஆலிவெரோட்டோவுக்கு

அற்பமான காரியமாகத் தோன்றியது. ஃபெர்மோவின் சில குடிமக்களின் உதவியுடன், அவர்களுடைய நாட்டை அடிமைத் தனத்தில் இருந்து மீட்க விரும்பினான். அதனால், விட்டெலெச்சியின் உதவியுடன், ஃபெர்மோவைக் கைப்பற்ற முடிவு செய்தார். அதற்கு முதல் கட்டமாக அவன் தனது மாமா ஜியோவானி ஃபோக்லியானிக்கு ஒரு கடிதம் எழுதினான். பல ஆண்டுகளாக வீட்டைவிட்டு வெளியே இருப்பதால், அவரையும் அவரது நகரத்தையும் பார்க்க விரும்புவதாகவும், அவருடைய வம்சாவளியைப் பார்க்க விரும்புவதாகவும், மரியாதையைத் தவிர வேறெதையும் பெறு விரும்பவில்லை என்றும் குறிப்பிட்டான். மேலும், மக்களிடம் நற்பெயரை வாங்குவதற்காக எதுவும் செய்யவில்லை என்றும், அவர்களுக்கு முன் நூறு குதிரை வீரர்கள், அவரது நண்பர்கள், காவலர்களுடன் வளம் வரவேண்டுமென்றும் கேட்டுக்கொண்டான். ஃபெர்மியர்கள் தன்னை கௌரவமாக நடத்த ஏற்பாடு செய்யுமாறு ஜியோவானியிடம் வேண்டுகோள் வைத்தான். இவையனைத்தும் தனக்கு மட்டும் மரியாதை இல்லை, தன்னை வளர்த்த ஜியோவானிக்கும் பெருமை என்று எழுதியிருந்தான்.

ஜியோவானி, தனது மருமகனைக் கவனிப்பதில் எந்தக் குறையும் வைக்கவில்லை. அவர் ஆலிவெரோட்டோவை ஃபெர்மியாவுக்கு மரியாதையுடன் வரவேற்றார். தனது சொந்த வீட்டில் அவனைத் தங்க வைத்தார். அங்கு சில நாட்களுக்குத் தேவையானவை அனைத்தையும் ஏற்பாடு செய்தார். பிறகு ஒருநாள் ஆலிவெரோட்டோ தான் செல்லும்முன் அனைவருக்கும் முக்கிய விருந்து ஒன்றை அளிக்க விரும்புவதாகக் கூறினான். அதற்கு அவன் ஜியோவானி ஃபோக்லியானி, ஃபெர்மோவின் முக்கியத் தலைவர்கள் அனைவருக்கும் அழைப்புவிடுத்தான். அத்தகைய விருந்துகளில் பழமையாகப் போற்றப் பெற்ற அனைத்துப் பொழுதுபோக்கு நிக்ழச்சிகளும் நடந்து முடிந்தன. ஆலிவெரோட்டோ கலைநயத்துடன் சில சொற்பொழிவுகளைத் தொடங்கினான். போப் அலெக்சாண்டர், அவரது மகன் சிசரே போன்றவர்களின் நிர்வாகத் திறமையைப் பற்றிப் பேசினார். சில கேள்விகளும் கேட்டார். அவன் பேசிய பிறகு ஜியோவானியும், மற்றவர்களும்

அவன் கேள்விகளுக்குப் பதிலளித்தனர். ஆனால் ஆலிவெரோட்டோ திடீரென்று எழுந்து, இதுபோன்ற விஷயங்களைத் தனிமையில் விவாதிக்க விரும்புவதாகக் கூறினார். மேலும் ஆலிவெரோட்டோ அவரைத் தனி அறைக்கு அழைத்துச் சென்றார். அங்கு ஜியோவானியும், மற்ற அமைச்சர்களும் அவனைப் பின்தொடர்ந்தனர். அவர்கள் அனைவரும் அமர்ந்தவுடன். தனது இரகசியப் படைவீரர்களைக் கொண்டு அங்கிருந்து ஜியோவானியையும் மற்றவர்களையும் படுகொலை செய்தான். இந்தக் கொலைகளுக்குப் பிறகு, ஆலிவெரோட்டோ குதிரையில் ஏறி நகரம் முழுவதும் வலம் வந்து, அரண்மனையின் தலைமை நீதிபதியை முற்றுகையிட்டான். இதனால் மக்கள் அவனுக்குப் பயந்து கீழ்ப்படிய வேண்டிய கட்டாயம் ஏற்பட்டது. தனக்கான அரசாங்கத்தை உருவாக்கி, அவரே தன்னை இளவரசராக அறிவித்துக்கொண்டார். தனது அரசுக்கு யாரெல்லாம் எதிராகச் செயல்படுவார்களோ அவர்கள் அனைவரையும் கொன்று குவித்தார். தனக்கான புதிய சட்டங்களை இயற்றி, தனது இராணுவத்தால் தன்னை பலப்படுத்திக் கொண்டார். அந்த வகையில் இளவரசனாக இருந்த ஆண்டில் ஃபெர்மோ நகரில் பாதுகாப்பாக இருந்தான். அவனது அண்டை நாட்டவர்களுக்கு அச்சமூட்டும் வகையில் வலிமையானவனாக மாறினான். அகத்தோக்கிள்ஸைப் போலவே அழிப்பதற்குக் கடினமாக இருந்திருக்க வேண்டியவன், அவன் அழைத்துச் சென்ற சினிகாலியாவில் ஆர்ஸினி, விட்டெல்லியால் ஃபோகியாவும் அதிகமாகப் பரவத் தொடங்கினார்கள். ஃபோகியா, அரசியல் படுகொலைகளைச் செய்த ஒரு ஆண்டில், அவன் உருவாக்கிய தலைவர்களால் விட்டெல்லோஸோவோடு சேர்த்து அவனும் கழுத்து நெரித்துக் கொல்லப்பட்டான்.

அகதோகிள்ஸ் மற்றும் அவரைப் போன்றவர்கள், எல்லையற்ற துரோகங்கள், கொடுமைகளைச் செய்த பிறகு, தனது நாட்டில் நீண்ட காலம் பாதுகாப்பாக வாழ்ந்தார்கள். எதிரிகளிடமிருந்து தம்மைப் பாதுகாத்துக் கொண்டார்கள். அவருடைய சொந்த குடிமக்கள் அவர்களுக்கு எதிராக எந்தச் சதியும் செய்யவில்லை என்பதை நினைக்கும்போது சிலர் ஆச்சரியப்படலாம். அதே சமயம், இவர்களைப் போன்று

கொடுமைகளைச் செய்து ஆட்சியைக் கைப்பற்றியவர்கள் அதைத் தக்கவைத்துக் கொள்ளமுடியாமல், அமைதியாக அரசை நடத்த முடியாமல் சிரமப்பட்டிருக்கிறார்கள். போரில்லா சூழலில் அமைதியில்லாமல் வாழ்ந்திருக்கிறார்கள். இது போன்ற **தீவிரமான கொடுமைகள் (crudelta)*** சரியாகப் பயன்படுத்தப்பட்டது என்றும், பாதுகாப்பிற்காக அவை அவசியமானவை என்றும் ஒரு சிலர் வாதிடலாம். ஆனால், இது போன்று நிகழ்வுகள் தொடர்ந்து நடக்காமல் இருந்தால்தான் மக்களுக்கு அது நன்மையைத்தரும். இதுபோன்று மோசமாக வேலை செய்பவர்கள் குறைவானவர்களே இருந்தாலும், காலப்போக்கில் இவர்களைப் போல் நாமும் செய்யலாம் என்ற எண்ணிக்கையில் பெருகிவிடுவார்கள். அகதோகிள்ஸ் செய்தது போல் **தனது ஆட்சியில் கொடுமைகள் செய்து அதிகாரத்தைத் தக்கவைத்துக் கொள்ள நினைத்தால், பிறகு தங்களையே காப்பாற்றிக் கொள்ளுவது சிரமமாகிவிடும்.**

இதன்மூலம் நான் சொல்ல வருவது என்னவென்றால் ஒரு நாட்டைக் கைப்பற்றும் போது, கைப்பற்றியவர் போரால் தனக்கு ஏற்பட்ட பாதிப்புகளை ஆராய்ந்து, தேவைப்பட்டால் கைப்பற்றிய நாட்டில் கொடுமைகளைச் செய்ய வேண்டும். இதனால், அங்குள்ள மக்களை அமைதிப்படுத்த முடியவில்லையென்றால் அவர்களுக்கு நல்லது செய்வதின் மூலம் நம்பிக்கையைப் பெற்று அமைதியை ஏற்படுத்தலாம். பயத்தாலோ அல்லது தீயவர்களின் அறிவுரையாலோ கொடுமைகள் செய்ய வாளைக் கையில் எடுத்த இளவரசன், எப்போதும் அதை ஏந்த வேண்டிய கட்டாயத்தில் தள்ளப்படுகிறான். அவர் தனது குடிமக்கள் மீது நம்பிக்கை வைக்க முடியாது. மக்களைக் கட்டுப்படுத்த ஒரு முறை கொடுமை செய்யலாம். ஆனால், மீண்டும் மீண்டும் கொடுமைகள் செய்வதால், மக்கள் இளவரசனோடு இணக்கமாக இருக்கமாட்டார்கள். அது நாடாகவும் இருக்காது. **அதனால், மக்களுக்குக் கொடுமைகள் செய்ய நினைத்தால் அனைத்தும் ஒரே நேரத்தில் செய்யப்பட வேண்டும்.**

---

* மாக்கியவெல்லியின் பல இடங்களில் "crudelta" என்ற வார்த்தையைப் பயன்படுத்தியிருக்கிறார். அது "cruelties" என்பதைக் குறிக்கும். அதாவது, "கொடுமைகள்" என்ற வார்த்தையைத்தான் அப்படிப் பயன்படுத்தப்பட்டதாக திரு.பர்ட் அவர்கள் விளக்கம் அளித்துள்ளார்.

ஆனால், மக்களுக்கு நல்லது செய்யும்போது கொஞ்சம் கொஞ்சமாகச் செய்ய வேண்டும். அப்போதுதான் மக்கள் நல்லதை நீண்ட காலம் அனுபவிக்கும் எண்ணத்தை உருவாக்க முடியும்.

எல்லாவற்றிற்கும் மேலாக, ஓர் இளவரசன் தனது மக்களோடு வாழ வேண்டும். அது எதிர்பாராத சூழ்நிலைகளில் நல்லதாக இருந்தாலும் சரி, கெட்டதாக இருந்தாலும் சரி, மக்களோடு இருக்க வேண்டும். ஒருவேளை இக்கட்டான காலங்களில், கடுமையான நடவடிக்கைகளை எடுப்பதற்குக்கூடத் தாமதமாகிவிடலாம். அதன்பின் செய்யும் எந்த நல்ல விஷயங்களும் கூடப் பெரிதாக உதவாது. அமைதியானவர்கள், உதவக்கூடியவர்கள் கூட இளவரசனிடமிருந்து விலகி நிற்பார்கள்.

அத்தியாயம் IX

மக்களால் தேர்வு செய்யப்பட்ட இளவரசன் பற்றி

ஒரு குடிமகன் எந்தக் குறுக்கு வழியையும் பயன்படுத்தாமல், வன்முறையைக் கையாளாமல், மக்களால் தேர்வு செய்யப்பட்ட இளவரசனின் ஆட்சி குடிமக்களுக்கான ஆட்சி என்று சொல்லப்படுகிறது. அதற்கு அவனின் புத்திசாலித்தனமோ, இராணுவமோ அல்லது அதிர்ஷ்டமோ இல்லாமல் மக்களின் தேர்வால் இளவரசன் ஆளும் மகிழ்ச்சியான நாடான அமைகிறது. அப்படிப்பட்ட நாட்டில் மக்களின் ஆதரவால் அல்லது பிரபுக்களின் ஆதரவால் இளவரசனாக ஒருவன் பதவி ஏற்கிறான் என்பதை நான் சொல்லுகிறேன். ஏனெனில் எல்லா நாடுகளிலும் இவ்விரு தனித்துவமான மக்கள் காணப்படுகிறார்கள். இதில், மக்கள் பிரபுக்களால் ஆளப்படுவதையோ அல்லது ஒடுக்கப்படுவதையோ அவர்கள் விரும்புவதில்லை. அதே போல், பிரபுக்கள் மக்களை ஆட்சி செய்வதையும், அவர்களை ஒடுக்குவதையும் விரும்புகிறார்கள். இந்த இரண்டு எதிரெதிர் மனநிலையிலிருந்து இளவரசன் ஆளும் நாடு, தன்னாட்சி நாடு, ஒழுங்கின்மைக் கொள்கையான நாடு ஆகிய மூன்று பிரிவுகளில் ஏதேனும் ஒன்றாகத் தோன்றுகிறது.

ஓர் இளவரசனின் ஆட்சியானது மக்களின் ஆதரவால் அல்லது பிரபுக்களின் ஆதரவால் உருவாக்கப்படுகிறது. அதன்படி இந்த இருவரில் ஒருவருக்கு ஆட்சியில் கை

மேலோங்கியிருக்க வாய்ப்பு கிடைக்கிறது. இதில், பிரபுக்கள் மக்களின் போராட்டங்களை எதிர்கொள்ள முடியாமலும், தங்களின் நற்பெயருக்குத் தீங்கு வராமல் இருக்கவும் தங்களால் தேர்வு செய்யப்பட்ட ஒருவனை இளவரசனாக ஆக்குகிறார்கள். இதனால் இளவரசனுடைய நிழலின் கீழ் தாங்கள் விரும்பியதை வெளிப்படுத்த முடியும். மறுபுறம், மக்கள் பிரபுக்களை எதிர்க்க முடியாமலும், தங்களில் ஒருவரின் நற்பெயர் அழிந்தாலும், மக்களைப் பாதுகாப்பான் என்ற நம்பிக்கையில் இளவரசனாக ஆக்குகிறார்கள். பிரபுக்களின் ஆதரவால் இளவரசன் என்கிற பதவியைப் பெறுபவன், மக்களின் ஆதரவால் பதவி பெறுவனை விட அதிக எதிர்ப்புகளை மீறித் தனது பதவியைத் தக்க வைத்துக்கொள்கிறான். ஏனென்றால் பிரபுக்களும், அவர்களைச் சுற்றியிருப்பவர்களும் இளவரசனைத் தங்களுக்குச் சமமாகக் கருதுவார்கள். ஆனால், இளவரசனால் பிரபுக்களை அப்படிக் கருத முடியாது. இதனால், இளவரன் தன் விருப்பப்படி ஆட்சி செய்யவோ, நிர்வகிக்கவோ முடியாது. ஆனால் மக்கள் ஆதரவால் இளவரசப் பதவியைப் பெற்றவன் தனித்துக் காணப்படுவான். அவனைச் சுற்றி யாரும் இருப்பதில்லை. அப்படியே இருந்தாலும் குறைவாக இருப்பார்கள். அவர்களும் இளவரசனுக்குக் கீழ்ப்படிய மாட்டார்கள்.

அதுமட்டுமல்லாமல், இளவரசன் நியாயமான முறையில் மற்றவர்களைக் காயப்படுத்தாமல் பிரபுக்களைத் திருப்திப்படுத்த முடியாது. ஆனால் மக்களைத் திருப்திப்படுத்தலாம். ஏனென்றால் அவர்கள் பிரபுக்களைக் காட்டிலும் நியாயமானவர்கள். பிரபுக்களை ஒடுக்க விரும்புகிறார்கள். அதே சமயம் மக்கள் ஒடுக்கப்படுவ திலிருந்து தங்களைக் காத்துக்கொள்ள விரும்புகிறார்கள். ஒரு இளவரசன் மக்களின் விரோதியாகவும், அவர்களுக்கு எதிராகவும் நடந்துகொண்டு தன்னைப் பாதுகாத்துக் கொள்ள முடியாது. ஏனென்றால் எண்ணிக்கையளவில் மக்கள் அதிகமானவர்கள். ஆனால், பிரபுக்களிடமிருந்து இளவரசன் தன்னைப் பாதுகாத்துக் கொள்ள முடியும். ஏனெனில் அவர்கள் எண்ணிக்கையில் குறைவு. மக்கள் விரோதியாக நடந்துகொள்ளும் இளவரசனுக்கு மக்கள்

கொடுக்கும் மோசமான தண்டனை என்னவென்றால் அவனைக் கைவிட்டுவிடுவதுதான். ஆனால், பிரபுக்களுக்கு எதிராக நடந்துகொள்ளும் இளவரசனுக்கு பிரபுக்கள் அவனைக் கைவிட்டுவிடுவதோடு அல்லாமல், அவனுக்கு எதிராகச் சதி செய்வார்கள். ஏனென்றால், பிரபுக்கள் இந்த விஷயத்தில் அதிக தொலைநோக்குப் பார்வையுடனும், நுணுக்கத்துடனும் அனுபவம் கொண்டவர்கள். தங்களைக் காப்பாற்றிக்கொள்ள யாரை வெற்றி பெற வைக்கிறார்களோ, அவரிடமிருந்து உதவிகளைப் பெற சரியான நேரத்தில் வருவார்கள். அப்படிப்பட்ட இளவரசனால் பிரபுக்களின் உதவியில்லாமல் ஆட்சி செய்ய முடியாது. ஆனால் மக்களால் தேர்வு செய்யப்பட்ட இளவரசன் பிரபுக்களின் ஆதரவில்லாமல் நன்றாக ஆட்சி செய்ய முடியும். அவன் விருப்பப்படி யாரை வேண்டுமானாலும் உருவாக்கவும், அழிக்கவும் முடியும். மேலும், தாம் விரும்பியவர்களுக்கு அதிகாரத்தையும், விரும்பாதவர்களின் பதவியைப் பறிக்கவும் முடியும்.

எனவே, இந்த விஷயத்தை இன்னும் தெளிவாகக் கூறுவதென்றால் பிரபுக்களில் முக்கியமாக இரண்டு வழிகளில் பிரித்துப் பார்க்கலாம் என்று கூறுகிறேன்: அதாவது, தன்னுடைய நற்பெயரைக் காப்பாற்றிக் கொள்வதற்காகத் தன்னை இளவரசனிடம் முழுமையாக இணைந்துக்கொள்கிறான் அல்லது இணையாமல் இருக்கிறான். அப்படி இணைந்துகொண்டவர்கள் பேராசைக்காரர்களோ, இளவரசனைப் பயன்படுத்திக் கொள்ளையடிப்பவர்களோ அல்ல. இப்படிப்பட்டவர்களை இளவரசன் மதிக்க வேண்டும், மரியாதை கொடுக்க வேண்டும். இளவரசன் தன்னிடம் இணையாதவர்களை இரண்டு வழிகளில் கையாளலாம். தைரியமில்லாமல், கோழைத்தனத்தால் ஏற்பட்ட அச்சத்தின் காரணமாகப் புதிய இளவரசனோடு இணைவதைத் தவர்த்திருக்கலாம். இளவரசன், அவர்களின் அச்சத்தைப் போக்கி தைரியமூட்டுவதின் மூலம் அவர்களால் மதிக்கப்படுகிறான். எதிர்காலத்தில் எந்த இக்கட்டான சூழ்நிலை நேர்ந்தாலும் அவர்களால் எந்தத் துன்பமும் நிகழாது. ஆனால் தன்னுடைய தேவைக்காக இளவரசனோடு இணைந்து கட்டுப்பட்டிருக்கும் பிரபுக்கள், தங்களைப்

பற்றித்தான் அதிகம் சிந்திப்பார்கள். தங்களுடைய தேவை நிறைவேறிய பிறகு இளவரசனை விட்டு விலகுவார்கள். அத்தகைய பிரபுக்களிடம் இருந்து இளவரசன் தன்னைப் பாதுகாத்துக்கொள்ள வேண்டும். மேலும், அவர்களை வெளிப்படையான எதிரிகள் போல் கருதி எப்போதும் அவர்களிடத்தில் எச்சரிக்கையாக இருக்க வேண்டும். ஏனென்றால், இக்கட்டான சூழ்நிலையில் இளவரசனை அழிக்க நினைப்பவர்களுக்கு உதவியாக இருப்பார்கள்.

எனவே, மக்களுடைய ஆதரவின் மூலம் இளவரசரான ஒருவன் அவர்களை நண்பர்களாக வைத்திருக்க வேண்டும். மக்கள் கேட்டுக்கொள்வது எல்லாம் இளவரசன் தங்களை ஒடுக்கிவிடக் கூடாது என்பதுதான். ஆனால், மக்களுக்கு எதிராகப் பிரபுக்களின் உதவியால் இளவரசனாக ஆனவன், மக்கள் மனத்தை வெற்றிகொள்ள வேண்டும். மேலும் அவன் மக்கள் பாதுகாப்பிற்கு உறுதிகூறுவதன் மூலம் இதை எளிதாகச் செய்யலாம். ஏனென்றால், மனிதர்கள் யாரிடம் தீமையை எதிர்பார்க்கிறார்களோ, அவரிடமிருந்து நன்மைகள் பெறும்போது, நன்மை செய்பவருடன் நெருக்கமாகிக் கொள்கிறார்கள். இதனால் மக்கள் ஆதரவால் இளவரசனானவன் மீது கொண்ட அன்பை விடப் பிரபுக்களின் இளவரசன் மீது மக்கள் அதிக பக்தி கொண்டவர்களாக மாறுகிறார்கள். பிரபுக்களின் இளவரசன் பல வழிகளில் மக்களை வெல்ல முடியும். ஆனால், இவை அனைத்தும் சூழ்நிலைகளுக்கு ஏற்ப மாறுபடுவதால், இதில் நிலையான விதிகள் என்று எதுவும் கிடையாது. அதனால், நான் அவற்றைத் தவிர்க்கிறேன். ஆனால், நான் மீண்டும் ஒருமுறை சொல்லுகிறேன், ஓர் இளவரசன் மக்களுக்கு நட்பாக இருப்பது அவசியம், இல்லையெனில் அவருடைய பாதுகாப்பிற்கு உத்தரவாதம் இருக்காது.

ஸ்பார்டான்களின் இளவரசரான **நோபிஸ்** *, கிரீஸின் அனைத்துத் தாக்குதலையும் வெற்றிகொண்டார். வெற்றிகரமான ரோமானிய இராணுவத்தின் தாக்குதலைத்

---

* நோபிஸ் - ஸ்பார்டாவின் கொடுங்கோலன். 195 கி.மு.-வில் ஃப்ளமினினஸின் கீழ் ரோமானியர்களால் கைப்பற்றப்பட்டு, 192 கி.மு.-வில் கொல்லப்பட்டான்.

தாங்கி நின்றார். மேலும் அவர்களுக்கு எதிராக அவர் தனது நாட்டையும் தனது அரசாங்கத்தையும் பாதுகாத்தார். இந்த ஆபத்துகளைச் சமாளிப்பதற்கு அவன் ஒரு சிலருக்கு எதிராகத் தன்னைப் பாதுகாத்துக் கொள்வது மட்டுமே அவசியமாக இருந்தது. ஒருவேளை மக்கள் விரோதமாகச் செயல்பட்டிருந்தால், அந்தப் பாதுகாப்பு போதுமானதாக இருந்திருக்காது. "மக்களை நம்பி கோட்டை கட்டியவன், மண்ணில் கோட்டை கட்டுகிறான்" என்ற பழமொழியே அற்பமானது என்று யாரும் உதாசினப்படுத்தி நிராகரிக்க வேண்டாம். இளவரசன் தனது எதிரிகளாலோ, மற்ற அதிகாரிகளாலோ ஒடுக்கப்படும்போது, மக்கள் காப்பாற்றுவார்கள் என்று நினைத்தால் ஏமாற்றப்படுவான். ரோமிலுள்ள கிராச்சி நிகழ்ந்ததுபோல, ஃபிளோரன்ஸிலுள்ள **மெஸ்ஸர் ஜியோர்ஜியோ ஸ்காலி*** நிகழ்ந்ததுபோல, இளவரசன் அடிக்கடி ஏமாற வேண்டியதிருக்கும். ஆனால், ஒரு இளவரசன் மேற்கூறியவாறு பிரச்சினையைச் சந்திக்கும்போது தன்னை நிலைநிறுத்திக்கொள்ள துணிச்சலாகவும், துன்பங்களில் மனம் தளராமலும், தனது முடிவுகளில் தோல்வியடையாமலும், ஒட்டுமொத்த மக்களையும் உற்சாகப்படுத்தக்கூடியவனாகவும் இருக்க வேண்டும். அப்படிப்பட்ட ஓர் இளவரசன் ஒருபோதும் ஏமாறமாட்டார். ஏனென்றால், அவன் தனது அடித்தளத்தை நன்றாக அமைத்துள்ளான் என்பதை இது காட்டுகிறது.

இதுபோன்ற நிலையில் இளவரசன் மக்களின் ஆட்சியிலிருந்து தன்னாட்சியாக மாற்றும்போது பல ஆபத்துகளுக்கு ஆளாக நேரிடுகிறது. ஏனெனில், அத்தகைய இளவரசன் நேரடியாகவோ அல்லது தனது அதிகாரிகள் மூலமாகவோ ஆட்சி செய்கிறான். இளவரசன் அதிகாரிகள் மூலம் ஆட்சி செய்யும்போது அவனது அரசாங்கம் பலவீனமாகவும் பாதுகாப்பற்றதாகவும் மாறுகிறது. ஏனென்றால் மக்கள் ஆதரவு இளவரசனின் அரசாங்கம் முழுக்க முழுக்க குடிமக்களின் நல்லெண்ணத்தில்

---

* மெஸ்ஸர் ஜியோர்ஜியோ ஸ்காலி (Messer Giorgio Scali) - இந்த நிகழ்வு மாக்கியவெல்லி எழுதிய "ஃபிளோரண்டைன் வரலாறு" புத்தகம் III -இல் காணப்படுகிறது.

தமிழில்: குகன் ● 59

தாங்கி நிற்கிறது. அதிகாரிகள் மூலம் ஆட்சி செய்யும்போது சிக்கலான காலங்களில், சூழ்ச்சியால் அரசாங்கத்தை அவர்களால் அழிக்க முடியும். அதுபோன்ற சமயத்தில் இளவரசன் தனது அதிகாரத்தை முழுமையாகப் பயன்படுத்த வாய்ப்புகள் இல்லை. ஏனென்றால் குடிமக்கள் அதிகாரிகளின் உத்தரவுகளைப் பின்பற்றிப் பழகியதால், இளவரசனின் கட்டளைக்குக் கீழ்படிவதா? வேண்டாமா? என்கிற குழப்பமான சூழ்நிலை உருவாகிறது. இது போன்ற சூழ்நிலையில் இளவரசனுக்கு நம்பிக்கையானவர்கள் மிகக் குறைவானவர்களே இருப்பார்கள். அமைதியான காலங்களில் குடிமக்களுக்கு அரசின் தேவை இருக்கும். அனைவரும் இளவரசனுடன் இருப்பார்கள். அவனுக்கு உடன்படுவதாகச் சத்தியம் செய்வார்கள். **அதாவது, மக்கள் தங்களின் மரணம் வெகு தொலைவில் இருக்கும்போது, அவர்கள் அனைவரும் இளவரசனுக்காக இறக்க விரும்பவதாகக் கூறுவார்கள். ஆனால், இக்கட்டான காலங்களில், இளவரசனுக்குக் குடிமக்கள் தேவைப்படும் போது சிலர் மட்டுமே இருப்பார்கள்.** இது போன்ற சோதனை மிகவும் ஆபத்தானது. இதை ஒருமுறை மட்டுமே முயற்சித்துப் பார்க்கலாம். ஒரு புத்திக் கூர்மை கொண்ட இளவரசன் அத்தகைய போக்கைக் கடைப்பிடிக்க வேண்டும். அவனுடைய குடிமக்கள் எப்போதும் எல்லா வகையிலும், எல்லாச் சூழ்நிலைகளிலும் அரசுக்கும், ஆட்சிக்கும் தேவைப்படுவார்கள். அதனால், இளவரசன் மக்களைத் தனக்கு உண்மையுள்ளவர்களாக வைத்திருப்பது அவசியம்.

அத்தியாயம் X

இளவரசனால் ஆளப்படும் நாட்டின் வலிமையும் அதை அளவிடப்பட வேண்டிய வழியைப் பற்றி

இளவரசன் குணாதிசயங்களை ஆராய்வதில் மற்றொரு விஷயத்தை நாம் மிகவும் கவனமாகக் கருத்தில் கொள்வது அவசியம். அதாவது, ஒரு இளவரசருக்குத் தேவையான சூழ்நிலையில் அதை எதிர்கொள்ள அவன் ஆற்றல் படைத்தவனாக இருக்கிறானா? அல்லது எப்போதும் மற்றவர்களின் உதவியை நாடுகிறானா? என்பதைப் பார்க்க வேண்டும். இன்னும் தெளிவாகச் சொல்ல வேண்டுமென்றால், எதிரிகள் யாரேனும் தன்னைத் தாக்கிப் போரிட வரும்போது அவனிடம் போதுமான படைபலம் ஏராளமாக இருக்கிறதா அல்லது தேவையான பொருளாதார வசதி இருக்கிறதா என்பதை அவன் உறுதி செய்துகொள்ள வேண்டும் என்பதை நான் சொல்லுகிறேன். மேலும், களத்தில் எதிரிக்கு நேருக்கு நேர் சந்திக்க முடியாத அளவிற்குப் படைபலம் இல்லாத போது, மற்றவர்களின் உதவியை நாடியிருக்கும் நிலையில் கோட்டைக்குள் இருந்து எதிரிகள் கோட்டையைக் கைப்பற்ற முடியாதபடி பார்த்துக்கொள்வது சிறந்ததென்று நான் கருதுகிறேன். முதல் விஷயத்தைப் பற்றி விவாதித்துவிட்டோம். அவசியம் ஏற்பட்டால் மீண்டும் அதைப் பற்றி விவாதிக்கலாம். இரண்டாவது விஷயத்தில், எதிரிகள் முற்றுகையிட்டிருக்கும் போது இளவரசன்

அவர்களைச் சமாளிப்பதற்காகத் தனது படைகளுக்குத் தேவையான உணவுகளும், செல்வத்தை மட்டும் சேமித்து ஊக்குவித்தால் மட்டும் போதாது. ஏனென்றால் இதுபோன்ற சூழ்நிலையில் நகரத்தைப் பலப்படுத்த முடியுமே தவிர நாட்டைக் காப்பாற்ற முடியாது. தனது குடிமக்களை எதிரிகள் குறித்த கவலையில்லாமல் நிர்வகிக்க வேண்டும். மக்கள் பாதுகாப்பாக இருக்கிறார்கள் என்பதை அவர்களுக்குத் திரும்பத் திரும்ப உணர்த்தப்பட வேண்டும். மக்கள் பலவீனமான மனநிலையில் இருந்தால், எதிரிகள் எச்சரிக்கை உணர்வின்றி தாக்குதல் நடத்துவார்கள். மக்களுக்கு மேலும் துன்பத்தைக் கொடுத்து இளவரசனை வெறுக்க வைத்து நகரத்தை எளிதாகக் கைப்பற்ற நினைப்பார்கள். அதே சமயம், நகரத்தைப் பலப்படுத்தும் இளவரசனை மக்கள் வெறுக்காமல் இருக்கும்போது அவர்களே அவனுக்கு அரண்களாகிவிடுகிறார்கள். அப்படிப்பட்ட நகரத்தின் மீது தாக்குதல் நடத்துவது எளிதான காரியம் அல்ல.

ஜெர்மனியின் நகரங்கள் முற்றிலும் சுதந்திரமாக இருக்கிறது. அவற்றைச் சுற்றியுள்ள சிறிய நாடுகளுக்கும் சுய ஆட்சி நடந்துகொண்டிருக்கிறது. அவர்கள் மன்னர்களுக்குத் தகுந்தவாறு கீழ்ப்படிகின்றனர். இருந்தாலும், ஜெர்மனி மக்கள் தங்களுக்கு அருகில் இருக்கும் வேறெந்த சக்தியையும் கண்டு அஞ்சவில்லை. ஏனென்றால், தங்கள் நகரம் பலமாக இருக்கிறது என்று நம்புகிறார்கள். எதிரிகள் தாக்குதல் நடத்தி எளிதில் வெற்றிபெற முடியாத அளவிற்குக் கடினமான பள்ளங்கள், சுவர்களைக் கட்டியிருக்கிறார்கள். அவர்களிடம் போதுமான பீரங்கிகள் உள்ளன. மேலும் ஒரு வருடத்திற்குத் தேவையான உணவும் நீரும் இருக்கிறது. கிடங்குகளில் துப்பாக்கிகளைப் பொதுவானதாக வைத்திருக்கிறார்கள். இதையும் தாண்டி, மக்களின் அமைதி சீர்கெடாமல் இருக்க, நகரத்தைப் பாதுகாக்க வலிமையான வீரர்களை நியமித்திருக்கிறார்கள். இதனால், மக்களின் ஆதரவோடு எல்லா வழிமுறைகளும் அரசால் நிம்மதியாகச் செய்ய முடிகிறது. நகரத்தைப் பாதுக்காக்கும் வகையில் இராணுவப் பயிற்சிகளை மேற்கொள்ளும் பல கட்டளைகளை ஏற்கிறார்கள்.

எனவே, வலிமையான நகரத்தைக் கட்டமைத்த இளவரசன் மீது யாரும் தாக்குதலை நடத்தமாட்டார்கள்.

அப்படியே யாரேனும் தாக்கினாலும், அவன் அவமானத்தால் விரட்டப்படுவான். ஏனென்றால், இந்த உலகத்தில் எவ்வளவு பெரிய படைகளைத் தாக்குதலுக்குக் கொண்டு வந்திருந்தாலும் களத்தில் ஒரு வருடத்திற்கு முழுவதும் வைத்திருப்பது கிட்டத்தட்ட சாத்தியமற்றது. அதே சமயம் இளவரசன் ஒரு சிலருக்குப் பதிலளிக்க வேண்டியதிருக்கும். நகரத்திற்கு வெளியே சொத்து வைத்திருக்கும் மக்கள் தங்களுடைய உடைமைகள் எதிரிகளால் எரிக்கப்படுவதைக் கண்டால், அவர்கள் பொறுமையாக இருக்கமாட்டார்கள். எதிரியின் நீண்ட முற்றுகையும், சுயநலமும் அவர்களைத் தங்களுடைய இளவரசனை மறக்கச் செய்துவிடும். இது போன்ற சூழ்நிலையில் தைரியமான இளவரசனுக்கு நான் கொடுக்கும் ஆலோசனை என்னவென்றால், தனது குடிமக்களுக்குத் தீமைகள் நீண்ட காலம் இருக்காது என்ற நம்பிக்கையைக் கொடுக்க வேண்டும். மற்றொரு புறத்தில் எதிரியின் கொடுமையைப் பற்றிய பயத்தையும் ஏற்படுத்த வேண்டும். மக்களைக் கட்டுப்பாட்டுடன் வைத்திருக்கும் இளவரசன், பின்னர் அவர்களிடமிருந்து நகரத்தைக் காப்பாற்றுவதற்கான அனைத்துச் சிரமங்களையும் சமாளிப்பார்.

இதுபோன்ற சூழ்நிலையில் மக்கள் கோபமாக இருந்தாலும் தங்களைத் தற்காப்புக்குத் தயாராக இருக்கும் நிலையில் இயற்கையாகவே எதிரிகள் கைப்பற்றிய பகுதிகளை எரித்து நாசம் செய்வார்கள். இந்தச் சந்தர்ப்பத்தில் இளவரசன் தனது நிலையை மறந்து எதிரிகள் மீது தாக்குதல் நடத்தக் கோட்டையை விட்டு வெளியே வரக் கூடாது. ஏனென்றால், படைகளோடு வெளியே வரும்போது சேதங்கள் அனைத்தும் முடிந்திருக்கும். அதற்கான தீர்வுகளை எதிரிகள் இருக்கும் வரை காண முடியாது. எனவே மக்கள் தங்கள் இளவரசருடன் ஒன்றிணைவதற்கு மிகவும் தயாராக இருக்க வேண்டும். இளவரசனும் மக்களுக்குக் கடமைப்பட்டவராகத் தோன்ற வேண்டும். மக்களின் வீடுகள் எரிக்கப்பட்டன. அவர்களின் உடைமைகள் எதிரிகளால் அழிக்கப்பட்டன. இப்படிப்பட்ட சூழ்நிலையில், மக்கள் பெறப்போகும் நன்மைகளை விட, அவர்கள் அனுபவித்து வரும் நன்மைகளைக் காப்பாற்ற நினைக்க வைப்பது இளவரசனின் கடமை. எனவே, இது அனைத்தையும் நன்றாகக் கருத்தில் கொண்டு ஒரு அறிவுள்ள

இளவரசன் தனது குடிமக்களின் மனத்தை முதலில் இருந்து கடைசி வரை உறுதியாக வைத்திருந்தால் அவனுக்கு எதுவும் கடினம் இல்லை. அப்படிப்பட்ட மக்களை இளவரசன் ஆதரிப்பதிலும், பாதுகாப்பதிலும் எந்தக் குறையும் வைக்கக்கூடாது.

அத்தியாயம் XI

திருச்சபை குருக்களால் ஆளப்படும் நாடுகளைப் பற்றி

இன்னும் கூட திருச்சபை குருக்கள் ஆளும் நாடுகளைப் பற்றிப் பேசுவது மட்டுமே இப்போது எஞ்சியிருக்கிறது. அவர்களுடைய நாட்டைத் தங்களுக்குக் கீழ் கொண்டு வருவதற்கு முந்தைய அனைத்துச் சிரமங்களும் இதிலும் உள்ளன. ஏனென்றால் அந்த நாடு அவர்களின் திறமையாலோ அல்லது அதிர்ஷ்டத்தாலோ பெறப்பட்டிருக்கலாம். அவை எதுவும் இல்லாமல் நடந்திருக்கலாம்; ஏனென்றால், அந்த மதத்தின் பெயரால் பண்டைய விதிகளுக்கு உட்பட்டு நிலைநிறுத்தப்பட்டவை. மிகவும் சக்தி வாய்ந்தவை. அதனால், அந்த நாட்டின் இளவரசர்கள் எவ்வாறு நடந்துகொண்டாலும், வாழ்ந்தாலும் பிரச்சினையில்லை. இது அவர்களின் குணாதிசயத்தில் ஒன்றாகப் பார்க்கப்படும். இந்த இளவரசர்களுக்கு நாடுகள் மட்டுமே இருக்கும். அவற்றைப் பாதுகாக்க வேண்டிய கடமையில்லை. மேலும் அந்த நாட்டில் குடிமக்கள் இருப்பார்கள். அவர்களாலும் அந்த நாட்டை ஆட்சி செய்ய முடியாது. அந்த நாடு அவர்களைப் பாதுகாக்க வேண்டிய அவசியமில்லை. அதே சமயம் மக்களை அந்த நாட்டிலிருந்து அந்நியப்படுத்தும் நோக்கமும் இல்லை. இத்தகைய நாட்டில் இளவரசர்கள் பாதுகாப்பாகவும், மகிழ்ச்சியாகவும் இருப்பார்கள். இது போன்ற நாட்டில் மனித மனம் அடைய முடியாத சக்திகளால் நிலைநிறுத்தப்படுவதால், நான் அவற்றைப் பற்றி இனி பேசப் போவதில்லை. ஏனென்றால்,

கடவுளால் நிர்வாகம் செய்யப்படுகிறது என்று கருவதுவதால், அவற்றைப் பற்றி விவாதிப்பது ஒரு தற்பெருமையாகவும், அறிவற்ற செயலாகவும் கருதுகிறேன்.

ஆயினும்கூட, சர்ச் சக்தியில் இவ்வளவு மகத்துவத்தை அடைந்தது என்று யாராவது என்னிடம் கேட்டால் அலெக்சாண்டருக்குப் பிறகு இத்தாலியை ஆண்ட ஆட்சியாளர்கள் (ஆட்சியாளர்கள் என்று அழைக்கப்பட்டவர்கள் மட்டுமல்ல, பிரபுக்களும், சிறிய அதிகாரம் படைத்தவர்கள் கூட) அந்த சக்திக்குச் சிறிதளவு மதிப்பு கொடுத்துள்ளார்கள். தற்போது, பிரான்சில் இருக்கும் ஒரு மன்னர் அந்த சக்திக்கு முன் நடுங்குகிறார். மேலும் அந்த சக்தியால் இத்தாலியிலிருந்து அவரை விரட்டியடிக்க முடியும். வெனிஷியர்களை அழிக்கவும் முடியும். இது மிகவும் வெளிப்படையான உண்மை. இது எனக்கு மிகையாகத் தெரியவில்லை. என் நினைவாற்றலில் இருப்பதை நினைவுபடுத்துகிறேன்.

பிரான்சின் மன்னரான **சார்லஸ்*** இத்தாலிக்கு வருவதற்கு முன், அந்த நாடு போப், வெனிஷியர்கள், நேபிள்ஸ் மன்னர், மிலன் டியூக், ஃபிளோரண்டைன்கள் போன்றவர்களின் அதிகாரத்தின் கீழ் இருந்தது. அவருக்கு இரண்டு விஷயங்கள் கவலைகள் அளித்தன: ஒன்று, எந்த வெளிநாட்டவரும் ஆயுதங்களுடன் இத்தாலிக்குள் நுழையக்கூடாது; மற்றொன்று, தாங்கள் யாரும் அதிக நிலப்பரப்பைக் கைப்பற்றக் கூடாது. இது குறித்து போப்புக்கும் வெனிஸ் மக்களுக்கும்தான் கவலைகள் அதிகமாக இருந்தது. ஃபெராராவைப் பாதுகாப்பதற்காக, வெனிஷியர்களைக் கட்டுப்படுத்துவதற்காக மற்றவர்களுடன் கூட்டணி வைத்துக்கொள்வது அவசியமாக இருந்தது; மேலும் போப்பின் அதிகாரத்தைக் குறைக்க, அவர்கள் ரோமின் செல்வந்தர்களைப் பயன்படுத்திக் கொண்டனர். இந்தச் செல்வந்தர்கள் ஆர்ஸினி மற்றும் கோலோன்னேசி என்று இரு பிரிவுகளாகப் பிரிந்தது அவர்களுக்கு வசதியாக இருந்தது. அவர்களை ஒழுங்கிணைக்க முடியவில்லை. மேலும், போப்பாண்டவரின் கண்களுக்குக் கீழே கைகளில்

* சார்லஸ் VIII 1494 இல் இத்தாலி மீது படையெடுத்தார்.

ஆயுதங்களுடன் நின்றுகொண்டிருந்தனர். போதகர்கள் பலவீனமானவர்களாகவும், சக்தியற்றவர்களாகவும் இருந்தனர். சிக்ஸ்டஸ் போன்ற ஒரு தைரியமான போப் சில சமயங்களில் தோன்றினாலும், அவரின் ஞானமோ அல்லது திறமையோ அவர்களை அடக்குவதற்குப் போதுமானதாக இல்லை. மேலும் ஒரு போப்பின் குறுகிய பதவிக்காலம் அவர்களின் பலவீனத்திற்கு முக்கியக் காரணமாக இருந்தது; ஏனென்றால், ஒரு போப்பின் பதவிக்காலம் பத்து ஆண்டுகள் எனில் அவரால் ஒரு பிரிவினரை மட்டுமே கட்டுப்படுத்திக் குறைக்க முடியும்; அதற்கு கோலோன்னேசி மக்களிடம் பேசி அவர்களைத் தூண்டிவிட்டு ஆர்ஸினிக்கு விரோதமாக எழுப்பினர். கோலோன்னேசி ஆதரித்தும், அவர்களால் ஆர்ஸினியை முழுமையாக ஒடுக்க முடியவில்லை. இதனாலேயே போப்பின் அதிகாரங்கள் இத்தாலியில் நீண்டகாலம் மதிக்கப்படுவதில்லை.

ஆறாவது அலெக்சாண்டர் பதவிக்கு வந்த பின்னர் பணம், ஆயுதங்கள் இரண்டையும் கொண்டு ஒரு போப் எவ்வாறு வெற்றிபெற முடியும் என்பதைக் காட்டினார். டியூக் வாலண்டினோவின் கருவியாகக் காட்டியும், பிரெஞ்சுக்காரர்களின் நுழைவு காரணமாக எடுத்துரைத்தும் அவரால் நினைத்ததைச் சாதிக்க முடிந்தது. டியூக்கின் செயல்களால், அவரால் தேவாலயத்தின் பெருமையை உயர்த்த முடிந்தது. அவர் தேவாலயத்தைப் பெருக்கியதால், அவரது மரணத்திற்குப் பிறகும், டியூக்கின் அழிவுக்குப் பிறகும், அவரது உழைப்புக்கான வெகுமதியைத் திருச்சபை தேவாலயங்கள் பெற்றது.

அதன்பிறகு, போப் ஜூலியஸ் பதவிக்கு வந்தார். சர்ச் மிகவும் வலுவாக இருப்பதைக் கண்டார். ரோமாக்னா முழுவதும் கைப்பற்றப்பட்டிருந்தது. ரோமின் பிரபுக்கள் தங்கள் செல்வாக்கை இழந்திருந்தனர். மேலும் அலெக்சாண்டரின் செயல்பாட்டின் மூலம் மக்களுக்குள் இருந்த பிரிவுகள் அழிக்கப்பட்டன. அலெக்சாண்டரின் காலத்திற்கு முன்பு நடைமுறையில் இல்லாத வகையில் பணத்தை அதிகமாகச் சேமிக்கும் வழியை அவர் கண்டுபிடித்திருந்தார். ஜூலியஸ் அத்தகைய வழிகளைப் பின்பற்றியது மட்டுமல்லாமல்,

அதை மேம்படுத்தினார். மேலும் அவர் போலோக்னாவை கட்டுப்பாட்டிற்குக் கொண்டு வரவும், வெனிஷியர்களை அழிப்பதற்கும், பிரெஞ்சுக்காரர்களை இத்தாலியிலிருந்து வெளியேற்றவும் எண்ணினார். அவர் நினைத்தது போலவே அனைத்தும் நடந்தது. மேலும் அவருக்குத் தனிப்பட்ட பெருமை வந்ததோடு இல்லாமல், தேவாலயத்தின் அதிகாரத்தை வலுப்படுத்த எல்லாவற்றையும் செய்தார். அவர் ஆர்ஸினி, கோலோன்னேசி பிரிவுகளை அகற்றி அனைவரையும் தன் கட்டுப்பாட்டிற்குள் கொண்டுவந்தார். அவர்கள் மத்தியில் இடையூறுகள் வந்த போதிலும், அவர் இரண்டு விஷயங்களை உறுதியாகக் கொண்டிருந்தார்: ஒன்று, திருச்சபையின் அதிகாரத்தை அதிகப்படுத்தி அவர்களைப் பயமுறுத்தினார்; மற்றொன்று, தங்கள் சொந்த கார்டினல்களை வைத்திருக்க அவர்கள் அனுமதிக்கவில்லை. அப்படியிருந்தால் அவர்கள் மத்தியில் குழப்பங்கள் ஏற்பட்டிருக்கும். இந்தப் பிரிவினர் கார்டினல்கள் வைத்திருக்கும் போதெல்லாம், அங்கு நீண்ட நேரம் அமைதியாக இருப்பதில்லை. ஏனென்றால் கார்டினல்கள் ரோமிலும் அதற்கு வெளியேயும் பிரிவுகளை வளர்த்தார்கள். மேலும் பிரபுக்கள் அவர்களை ஆதரிக்க நிர்பந்திக்கப்படுகிறார்கள். இதனால் போதகர்கள் பிரபுக்களுக்கிடையே குழப்பங்களை எழுப்பினர். இந்தக் காரணங்களுக்காக **போப் லியோ*** திருத்தந்தையே மிகவும் சக்திவாய்ந்தவராக இருந்தார். மற்றவர்கள் அதிகாரத்தை ஆயுதங்களாக மாற்றினால், அதை இன்னும் பெரியதாக அவர் மாற்றினார். தனது நன்மையாலும், எல்லையற்ற பிற நற்பண்புகளாலும் போற்றவும் செய்யப்பட்டார்.

---

* போப் லியோ X கார்டினல் டி மெடிசி ஆவார்.

அத்தியாயம் XII

எத்தனை வகையான இராணுவம் உள்ளது, அதற்கான ஊதியம் பற்றி

ஆரம்ப அத்தியாயங்களில் இளவரசர்களால் ஆளப்படும் நாடுகள் எப்படி இருக்க வேண்டும், அதன் குணாதிசயங்களைப் பற்றி விளக்கியிருக்கிறேன். மேலும், அவர்களின் நல்லது, கெட்டது காரணங்களை ஓரளவு கருத்தில்கொண்டு, உங்களிடம் பகிர்ந்திருக்கிறேன். இப்போது, அவர்கள் தங்கள் ஆட்சியில் செய்த தவறுகள், தற்காப்பிற்காகச் செய்த வழிமுறைகளைப் பற்றி விவாதிக்க இருக்கிறேன்.

ஓர் இளவரசனுக்குத் தனது ஆட்சியின் அஸ்திவாரங்களைப் பலமாக அமைத்துக்கொள்ள வேண்டும் என்பதையும், அப்படிச் செய்யாவிட்டால் அவன் எப்படி அழிவைச் சந்திப்பான் என்பதையும் முந்தைய அத்தியாயங்களில் பார்த்தோம். அனைத்து வகையான நாடுகளுக்கும், அது புதிதாக உருவாகும் நாடாகட்டும், பழைய நாடாகட்டும், கூட்டணியால் ஆளப்படும் நாடாகட்டும், அமைத்துக்கொள்ள வேண்டிய அஸ்திவாரம் மிகவும் முக்கியமானது. அதற்கு நல்ல சட்டங்களும், தேவயான இராணுவமும், ஆயுதங்களும் அவசியம். மேலும் அரசின் சட்டங்களைப் பின்பற்ற வேண்டுமென்றால் அதற்கு ஆயுத பலம் அவசியம் தேவை. அதனால், நான் சட்டங்களைப் பற்றி விவாதிக்காமல், ஆயுதங்களைப் பற்றியும் இராணுவத்தைப் பற்றியும் பேசப் போகிறேன்.

எனவே, ஓர் இளவரசன் தனது அரசைப் பாதுகாக்கத் தனது சொந்த இராணுவத்தையோ அல்லது ஆயுதம் தாங்கிய கூலிப்படைகளையோ அல்லது துணைப்படைகளையோ வைத்திருக்க வேண்டுமென்று நான் கூறுகிறேன். கூலிப்படையினரும், துணைப்படையினரும் எப்போதும் ஆபத்தானவர்கள். அவர்களை நம்பி ஆட்சி நடத்த நினைத்தால், அது உறுதியாகவோ பாதுகாப்பாகவோ இருக்காது. ஏனென்றால், அவர்களுக்குள் என்றும் ஒற்றுமை இருக்காது. லட்சியம் மற்றும் ஒழுக்கம் இல்லாதவர்கள். நண்பர்களுக்கு முன்னால் வீரன் போலவும், எதிரிகளுக்கு முன்னால் கோழைகள் போலவும் இருப்பவர்கள்; அவர்களுக்குக் கடவுளிடத்தில் பயமோ அல்லது மனிதர்களிடம் விசுவாசமோ இருக்காது. தாக்குதல் நடக்காத காலத்தில் ஆபத்துகள் இருக்காது. அப்போதைய சமாதான காலத்தில் அவர்கள் பிறரிடம் கொள்ளையடிப்பான். போரில் எதிரியால் கொள்ளையடிக்கப்படுவான். உண்மை என்னவெனில், அவர்கள் இளவரசனுக்காக சாகத் தயாராக இருப்பது போன்ற தோற்றத்திற்கு ஒரு சிறிய உதவித்தொகையைத் தவிர வேறெந்த ஈர்ப்பும் அவர்களுக்கு இல்லை. இளவரசன் போர் செய்யாத போதும், அவர்கள் வீரர்களாக இருக்கத் தயாராக இருப்பார்கள். ஆனால், போர் வந்தால் அவர்கள் களத்திலிருந்து விலகிக் கொள்வார்கள் அல்லது எதிரிகளுக்கு அஞ்சி ஓடுகிறார்கள்; அதை நிரூபிப்பதில் எனக்குக் கொஞ்சம் சிரமம் இருக்கிறது. ஏனென்றால் இத்தாலியின் அழிவுக்கு வேறெதுவும் காரணமில்லை. கூலிப்படையின் மீது பல ஆண்டுகளாக வைத்திருந்த நம்பிக்கைதான். பல ஆண்டுகள் பலசாலிகளாகக் காட்டிக்கொண்டவர்கள், வெளிநாட்டவர்கள் படையெடுத்து வந்தபோது அவர்கள் தைரியமற்றவர்கள் என்று தெரிந்தது. இப்படித்தான் **பிரான்சின் மன்னன் சார்லஸ்** இத்தாலியைக் கைப்பற்றினார்.* அதற்குக் காரணம் நமது பாவங்கள் என்று பலர் கூறினார்கள். ஆனால் அவைகளைப் பாவம் என்று

---

* சார்லஸ் VIII இத்தாலியை எளிதில் கைப்பற்றினார். இதுகுறித்து சியீ. லார்ட் பேகன் எழுதிய "ஹென்றி VII இன் வரலாறு" என்ற குறிப்பில், "சார்லஸ் மன்னர் நேபிள்ஸ் சாம்ராஜ்ஜியத்தை எளிதில் கைப்பற்றினார். அதைப் பற்றி மகிழ்ச்சியாக இருப்பதற்குள், அது கனவாக மீண்டும் இழந்தார்".

நான் சொல்லமாட்டேன். அதே சமயம் பாவம் என்று சொல்லுவதற்குத் தொடர்பு இருக்கிறது. ஏனென்றால், அது இளவரசரின் பாவமாக இருந்ததால், உடனடியாக அதற்கான தண்டனையையும் அவர் அனுபவித்தார்.

இந்தக் கூலிப்படைகளின் தன்மையை நான் மேலும் கூற விரும்புகிறேன். இந்தக் கூலிப்படைத் தலைவன் சில சமயம் திறமைமிக்கவனாகவும், சில சமயம் திறமையற்றவனாகவும் நடந்துகொள்வான். அதனால், அவர்களை முழுவதுமாக நம்ப முடியாது. ஏனென்றால் அவர்கள் எப்பொழுதும் தங்கள் மீது தற்பெருமை கொண்டவர்களாக இருப்பார்கள். அவர்களுடைய முதலாளியான இளவரசனை விடத் திறமையானவன் என்று காட்டிக்கொள்வதில் ஆர்வமாக இருப்பார்கள். அதற்கான சந்தர்ப்பத்தை எதிர்பார்த்துக்கொண்டிருப்பார்கள். ஒருவேளை தலைவன் திறமை இல்லாதவனாக இருந்தாலும், இளவரசன் அழிக்கப்படுவான்.

ஆகவே, கூலிப்படையாக இருந்தாலும் சரி அல்லது வேறு படையினராக இருந்தாலும் சரி அவர்கள் நான் கூறிய வழியில் செயல்படுவார்கள். அப்படிச் செயல்படக் கூடாதென்றால் இளவரசன் நேரில் சென்று களத்தில் தலைமையை ஏற்க வேண்டும். ஒரு வேளை குடியரசு ஆட்சியாக இருந்தால், மக்களை இராணுவமாகப் பயன்படுத்த வேண்டியதிருக்கும். ஆனால், அதனுடைய பலன் திருப்திகரமாக இருக்காது. தலைவன் தகுதியானவராகவே இருந்தபோதிலும், நாட்டின் சட்டதிட்டங்களைத்தான் அவரால் கட்டளையிட முடியும். இளவரசனோ அல்லது குடியரசோ அல்லது தனி நபரோ செயல்படும் போதுதான் அவர்கள் நினைத்த முன்னேற்றத்தை அடைய முடியும். கூலிப்படையினரால் சேதத்தைத் தவிர வேறு எதுவும் செய்ய முடியாது. ஒரு குடியரசு ஆட்சியில், இளவரசன் தன் சொந்த இராணுவத்தை அமைத்துக்கொள்வது மிகவும் கடினம். அதுவும் அவனுடைய கட்டளைக்கு முழுவதுமாகக் கீழ் படிவது அதை விடக் கடினமான விஷயம். ஆனால், வெளியிலிருந்து வரும் இராணுவம் அல்லது கூலிப்படைகளை விட இது மேலானது என்று சொல்லலாம். ரோம், ஸ்பார்டா போன்றவர்கள் பல காலங்களாகத் தங்கள் சொந்த இராணுவத்தைக்

கொண்டிருந்ததால், அவர்களால் சுதந்திரமாகச் செயல்பட முடிந்தது. ஸ்வைட்சர்கள் அனைவருமே இராணுவப் பயிற்சி பெற்றவர்களாக இருந்ததால் அவர்களால் சுதந்திரமாக இருக்க முடிந்தது.

கூலிப்படைகளுக்கு உதாரணமாகப் பண்டைய கூலிப்படையினரான கார்தீஜினியர்களைக் (Carthaginians) கூறலாம். அவர்கள் ரோமானியர்களுடனான முதல் போருக்குப் பிறகு தங்கள் கூலிப்படை வீரர்களால் ஒடுக்கப்பட்டனர். இத்தனைக்கும் கார்தீஜினியர்கள் தங்களுடைய சொந்தக் குடிமக்களைத்தான் தலைவனாகக் கொண்டிருந்தனர். எபமினோண்டாஸின் (Epaminondas) மரணத்திற்குப் பிறகு, மாசிடோனின் பிலிப் தீபென்களால் அந்த இராணுவத்திற்கும் தலைவனாக நியமிக்கப்பட்டார். வெற்றிக்குப் பிறகு, அவனால் அவர்களின் சுதந்திரம் பறிப்போனது.

டியூக் ஃபிலிப்போ இறந்துபோது, மிலனீயர்கள் ஃபிரான்செஸ்கோ ஸ்ஃபோர்ஸாவை வெனிஷியர்களுக்கு எதிராகப் போருக்குப் பயன்படுத்தினர். மேலும் அவர், **காரவாஜியோவை*** வெற்றிகொண்ட பிறகு, தன்னை தலைவனாக்கிய மிலனீயர்களை நசுக்க அவர்களுடன் தன்னை இணைத்துக்கொண்டான். அவனது தந்தை ஸ்ஃபோர்சா, **நேபிள்ஸின் ராணி ஜோஹன்னாவால்**** உடன்படிக்கையைத் தூக்கி எறிந்து அவர்களைப் பாதுகாக்காமல் கைவிட்டார். அதனால், அவள் தனது ராஜ்ஜியத்தைக் காப்பாற்றுவதற்காக அரகோன் மன்னரிடம் சரணடைய வேண்டிய கட்டாயம் ஏற்பட்டது. வெனிஷியர்களும், ஃபிளோரண்டைன்களும் கூலிப்படையினர் உதவியுடன் தங்களின் ஆட்சியை விரிவுபடுத்தினர். இருந்தாலும், அவர்களின் படைத்தலைவன்தான் இளவரசனாக வேண்டுமென்று முயற்சிக்காமல் அவர்களைப் பாதுகாத்தான். இந்த விஷயத்தில் ஃபிளோரண்டைன்கள் தற்செயலாகத் தலைவன்

* காரவாஜியோ (Caravaggio) போர் - செப்டம்பர் 15, 1448-இல் நடந்தது.

** நேபிள்ஸின் ஜோஹன்னா II (Johanna II), நேபிள்ஸின் ராஜா லாடிஸ்லாவின் மனைவி.

திறமையாகவும், அவர்களுக்கு சாதகமாக இருந்தான் என்பதுதான் என் பதில். இது போன்று கூலிப்படைத் தலைவன் திறமையாக வெற்றி பெற்றால், அவனைக் கண்டு மற்றவர்கள் அச்சப்படுவார்கள். அவனை எதிர்க்க வேண்டிய சூழ்நிலை கூட வரலாம் அல்லது எதிர்க்க முடியாமல் வேறு இடத்தில் குடியேறலாம். இது போன்ற கூலிப்படை தலைவர்களின் ஒருவனான **ஜியோவானி அகுடோ,*** (Giovanni Acuto) போரில் வெற்றி பெற முடியவில்லை. அதனால், அவனால் தனது விசுவாசத்தை நிரூபிக்க முடியவில்லை. ஒருவேளை அவன் வெற்றி பெற்றிருந்தால், ஃபிளோரண்டைன்கள் அவனது கட்டளைப்படி நடந்துகொண்டிருப்பார்கள் என்பதை அனைவரும் ஒப்புக்கொள்வார்கள். ஸ்ஃபோர்சா (Sforza) எப்போதுமே பிராக்கெஸ்கியை எதிரியாகக் கருதினர். அதனால் அவர்கள் ஒருவரையொருவர் வேவு பார்த்துக்கொண்டனர். பிரான்செஸ்கோ தனது கவனத்தை லோம்பார்டிக்குப் பக்கம் செலுத்தினான். தனது இராஜ்ஜியத்திற்கு எதிரான பிராக்கியோவை (Braccio) திருச்சபைக்கு எதிராகவும், நேபிள்ஸ் இராஜ்ஜியத்திற்கு எதிராகவும் திருப்பினான். ஆனால், இதற்கு முன்னால் நடந்த சம்பவத்தைப் பற்றிப் பார்ப்போம். ஃபிளோரண்டைன்கள் தங்களின் தலைவனாக பகோலோ விட்டெல்லியை (Pagolo Vitelli) நியமித்தனர். அவர் மிகவும் விவேகமான மனிதர். ஒரு குடிமகன் நிலையிலிருந்து மிகப் பெரிய புகழை அடைந்திருந்தார். அவன், பீஸாவை மட்டும் கைப்பற்றியிருந்தால் பிளோரண்டைன்கள் தங்களுடன் அவனை வைத்திருந்தது சரியாக இருந்திருக்கும். ஏனென்றால் அவர் எதிரிகளின் சிப்பாயாக இருந்திருந்தால் கூட அவனை யாராலும் எதிர்த்திருக்க முடியாது.

---

* ஜியோவானி அகுடோ (Giovanni Acuto) - Sir John Hawkwood என்று பிரபலமாக அழைக்கப்பட்ட மாவீரர். அவர் பிரான்சில் நடந்த ஆங்கிலப் போர்களில் பங்குபெற்றார். மேலும் எட்வர்ட் III-ஆல் நைட் பட்டம் பெற்றார்; பின்னர் அவர் ஒரு படையைச் சேகரித்து இத்தாலிக்குச் சென்றார். அந்தப் படையை "வெள்ளை நிறுவனம்" என்றும் அழைத்தனர். பல போர்களில் பங்கேற்ற அவர், மேலும் 1394-இல் புளோரன்சில் இறந்தார்.

ஆனால், ஃபிளோரண்டைன்களின் கூலிப்படைகளுக்குத் தலைவனாக இருந்ததால் அவன் எதிரிகளுக்குக் கீழ்ப்படிய வேண்டியதாக இருந்தது. வெனிஷியர்கள் போரில் வெற்றி பெற்றதைக் கூறுவதென்றால், அவர்கள் தங்கள் சொந்த இராணுவத்தைப் போருக்கு அனுப்பியதுதான் காரணம். இந்த இராணுவத்தில் இருந்த வீரர்கள் மிகுந்த துணிச்சலோடு போரிட்டனர். அவர்கள் நிலத்தைக் கைப்பற்றுவதற்கு முன்பு இப்படிப் போரிட்டனர். ஆனால், அவர்கள் நிலத்தில் கைப்பற்றிய பிறகு தங்களின் நல்லொழுக்கத்தை விட்டுவிட்டு இத்தாலியின் வழக்கத்தைப் பின்பற்றினர். அவர்களின் ஆட்சிக்கான போதிய நிலம் இல்லாத போதும், நிலங்களை விரிவாக்கத் தொடங்கினர். அவர்களின் புகழுக்குக் காரணமாக இருந்த தலைவர்களைப் பற்றி அச்சப்படவில்லை; **கார்மிக்னுவோலாவின்** (Carmignuola) கீழ்ப் போரிடும் போது நிலங்கள் விரிவடைந்ததும்,* இந்தத் தவறை அவர்கள் சுவைக்கத் தொடங்கினர். ஏனென்றால், அவர் மிகவும் துணிச்சலான மனிதராக மதிக்கப்பட்டார். (அவரது தலைமையின் கீழ்தான் மிலன் பிரபுவை வென்றனர்). பிறகு, அவரால் போரில் முன்பு போல் திறமையாகச் செயல்பட முடியாததால், அவருக்குக் கீழ் இனி வெற்றி பெற முடியாதோ என்று அஞ்சினார்கள். இதைக் காரணமாகக் காட்டி அவரை நீக்கவும் முடியவில்லை. அவரைப் பதவியிலிருந்து விலக்கவும் முடியவில்லை. அதனால், அவர்கள் பெற்றதை மீண்டும் இழக்காமல் பாதுகாத்துக் கொள்வதற்காக, அவரைக் கொலை செய்தனர். அதன்பிறகு அவர்களின் தலைவர்களாக **பார்டோலோமியோ டா பெர்கமோ,** ராபர்டோ டா சான் செவெரினோ, பிடிக்லியானோவின் பிரபு** போன்றவர்கள் நியமிக்கப்பட்டு, அவர்களுக்குக் கீழ் தோல்வியைத்தான் சந்தித்தார்கள். எட்டு நூற்றாண்டுகளாகப்

* Carmignuola - 1390-ஆம் ஆண்டு கார்மக்னோலாவில் பிறந்த பிரான்செஸ்கோ புஸ்ஸோன், 1432-ஆம் ஆண்டு மே 5 -ஆம் தேதி வெனிஸில் தூக்கிலிடப்பட்டார்.

** பெர்கமோவின் பார்டோலோமியோ கொலியோனி (Bartolomeo Colleoni) - 1457-இல் சான் செவெரினோவின் ராபர்டோ (Roberto of San Severino) - 1487-இல் ஆஸ்திரியாவின் டியூக் சிகிஸ்மண்டிற்கு எதிராக வெனிஸுக்காகப் போராடி இறந்தார்.

போராடித் தக்க வைத்திருந்த வைலாவை* அவர்கள் போரில் இழந்தனர். அதனால், **கூலிப்படைகளால் வெற்றி என்பது காலதாமதமாகக் கிடைக்கக் கூடியது. ஆனால், தோல்விகள் என்பது உடனடியாகவும், பயங்கரமாகவும் அமையக்கூடியது.**

இந்த உதாரணங்களைப் போலவே, கூலிப்படையினரால் பல ஆண்டுகளாக ஆளப்பட்ட இத்தாலியைப் பற்றிக் கூறப்போகிறேன். இத்தாலி பல ஆண்டுகளாகக் கூலிப்படையினரால் ஆளப்பட்டது. அவர்களின் எழுச்சியையும் முன்னேற்றத்தையும் தீவிரமாக விவாதிக்க விரும்புகிறேன். அதைப் பற்றி முழுவதுமாகத் தெரிந்துகொண்டால், அவர்களைப் போரில் எதிர்கொள்ளுவதற்கு உதவியாக இருக்கும். சமீபக் காலமாக இத்தாலியைப் பேரரசு கைவிட்டுவிட்டது. அதனால், போப் பரவலாக ஆதிக்கம் பெற்றுள்ளார்கள். பல நகரங்களில் மக்களும் தங்கள் பிரபுக்களுக்கு எதிராக ஆயுதம் ஏந்தி, இத்தாலி பல மாநிலங்களாகப் பிரிக்கப்பட்டுள்ளது என்பதை நீங்கள் புரிந்து கொள்ள வேண்டும். முன்பு பேரரசரால் விரும்பப்பட்டவர்கள் ஒடுக்கப்பட்டனர். அதே சமயம் அதிகாரம் பெற்ற திருச்சபையானது மக்களுக்கு ஆதரவாக இருந்தது. பல இடங்களில் குடிமக்கள் இளவரசர்களாக ஆனார்கள். இதிலிருந்து ஓரளவுக்கு இத்தாலி திருச்சபையும், குடியாட்சியின் கைகளில் வந்தது. இதனால், பாதிரியார்கள், ஆயுதங்களுக்குப் பழக்கமில்லாத இளவரசர்கள் தங்கள் பாதுகாப்பிற்காக வெளிநாட்டிலிருந்து படைகளைக் கொண்டு வரத் தொடங்கினர்.

இந்த வெளிநாட்டுப் படைகளுக்கு முதன்முதலில் புகழைக் கொடுத்தவர் ரோமாக்னியவைச் சேர்ந்த **அல்பெரிகோ டா கோனியோ****. இவரை முன்னுதாரணமாகக் கொண்டு பிற்காலத்தில் பிராசியோ, ஸ்ஃபோர்ஸா போன்றவர்கள்

---

* Count of Pitigliano என்று அழைக்கப்பட்ட நிக்கோலோ ஓர்சினி - 1442 இல் பிறந்து, 1510 -இல் இறந்தார். 1509 இல் வைலா (Vaila) போர்.

** அல்பெரிகோ டா கோனியோ (Alberigo da Conio) - இத்தாலிய வீரர்களைக் கொண்ட புகழ்பெற்ற "செயின்ட் ஜார்ஜ் நிறுவனத்தின்" தலைவராக இருந்தார். அவர் 1409-இல் இறந்தார்.

இத்தாலியில் இராணுவத்தைப் பயன்படுத்தினர். இவர்களுக்குப் பிறகு மேலும் பல தலைவர்கள் இத்தாலியில் இராணுவத்தின் மூலம் தங்கள் ஆளுமையைச் செலுத்தினர். இதனால், இத்தாலியில் இராணுவ வீரத்தின் விளைவாக இத்தாலி சார்லஸால் கைப்பற்றப்பட்டது. லூயிஸால் கொள்ளையடிக்கப்பட்டது. ஃபெர்டினாண்டால் அழிக்கப்பட்டது. ஸ்வைட்ஜர்களால் அவமதிக்கப்பட்டது. அவர்கள் இராணுவத்தின் செல்வாக்கைக் குறைத்துக்கொண்டு அதன் பலத்தை அதிகரிப்பதையே கொள்கையாக மாற்றிக்கொண்டார்கள். அவர்கள் இப்படிச் செய்ததற்கு முக்கியக் காரணம் என்னவென்றால் அவர்களின் வருமானம் வாழ்வாதாரம் போதுமானதாக இல்லை. அவர்களுக்கென்று ஒரு நாடும் இல்லை. அதனால் படையில் வீரர்களை ஆதரிக்க முடியவில்லை. காலாட்படைகளுக்கு எந்த அதிகாரத்தையும் கொடுக்கவில்லை; இதனால் அது பலரும் குதிரைப்படையில் சேர்வதற்கு வழிவகுத்தது. இருபதாயிரம் வீரர்களைக் கொண்ட இராணுவத்தில் இரண்டாயிரம் காலாட்படை வீரர்களைக் காண முடியாத அளவிற்கு இருந்தது. இது போன்று தங்கள் வீரர்களுக்கு ஏற்படும் மனச்சோர்வையும், ஆபத்தையும் குறைப்பதற்காக வேறொரு வழியைக் கையாண்டார்கள். போரில் கொல்லப்படாமல் கைப்பற்றிய கைதிகளைப் பணயமாக வைத்து மீட்கும் பணத்தைப் பெற்றுக்கொண்டு விடுவித்தனர். மேலும், அவர்கள் தங்களுக்கென்று இராணுவ விதிகளை அமைத்துக்கொண்டனர். இரவில் நகரங்களைத் தாக்கக்கூடாது, இரவில் நகரங்களின் காவலர்கள் முகாம்களைத் தாக்கக்கூடாது. எதிரிகளின் முகாமைச் சுற்றியிருக்கும் பெருஞ்சுவர் சுற்றியோ அல்லது பள்ளம் அமைத்தோ முற்றுகையிடக் கூடாது. இவை அனைத்தும் அவர்களின் இராணுவ வீரர்களுக்கு மனச்சோர்வு வராமல் இருக்கவும், ஆபத்துகளைத் தவிர்ப்பதற்காகவும் அவர்களால் திட்டமிடப்பட்டது; இதனால், அவர்கள் இத்தாலியை அடிமைத்தனத்திற்கும், அவமதிப்புக்கும் கொண்டு வந்தனர்.

அத்தியாயம் XIII

இளவரசனின் துணைப் படைகள், கலப்புப் படைகள் மற்றும் சொந்தப் படைகளைப் பற்றி

துணைப் படைகள் இளவரசனின் மற்றொரு பயனற்ற ஆயுதம். சமீபத்தியக் காலங்களில் போப் ஜூலியஸ் பதவி ஏற்ற பாதுகாப்புக்கு வந்தது போல் இளவரசரின் பாதுகாப்பிற்காக அழைக்கப்படுபவர்கள். ஃபெராராவுக்கு எதிரான போரில் உதவிக்குக் கூலிப்படைகள் மட்டுமே அவருக்கு உதவிக்கு இருந்தார்கள். மேலும் ஆட்களும், ஆயுத பலமும் தேவைப்பட்டதால் உதவிக்காக ஸ்பெயின் மன்னனான ஃபெர்டினாண்டிடம் (Ferdinand)* [1] ஒப்பந்தம் செய்துகொண்டார். அவர்களின் ஆயுதங்களும், இராணுவங்களும் போப் ஜூலியஸூக்கு நல்லதாகப் பலன் அளித்திருக்கலாம். ஆனால் அவற்றைப் போர்களுக்காக அழைப்பது என்றும் ஆபத்தானவை. தோற்றதால், உதவிய கேட்டனின் தோல்வியாகக் கருதப்படும். வெற்றி பெற்றால், இராணுவத்தை அனுப்பி உதவியவன் கைதியாக்கப்படலாம்.

பண்டைய வரலாறுகள் எத்தனையோ எடுத்துக்காட்டுகளை விட்டுச் சென்றிருந்தாலும், சமீபத்திய இரண்டாம் போப் ஜூலியஸ் நிகழ்த்திய சம்பவத்தை விட்டுவிட நான் விரும்பவில்லை. அதிலிருக்கும் ஆபத்தை உணராமல் இருக்கவும் முடியாது. ஏனெனில் அவர்,

* ஃபெர்டினாண்ட் V ((Ferdinand) F. II of Aragon and Sicily, F. III of Naples), குடும்பப்பெயர் "கத்தோலிக்" 1452-இல் பிறந்தார், 1516-இல் இறந்தார்.

ஃபெராராவை கைப்பற்ற விரும்பி, முழுவதுமாகத் தன்னை வெளிநாட்டவரின் கைகளில் ஒப்படைத்தார். ஆனால் அவருடைய அதிர்ஷ்டம் மூன்றாவது நிகழ்வில் அவரின் மோசமான முடிவால் பெரிய பாதிப்புகள் எதுவும் ஏற்படுத்தவில்லை. ஏனெனில், ரவென்னாவில் அவருடைய துணைப் படைகள் தோல்வியுற்ற போது, ஸ்விட்ஜர்கள் வெகுண்டெழுந்து எதிரிகளை விரட்டியடித்தனர். இதனால், இரண்டாம் போப் ஜூலியஸ் எதிரிகளிடம் கைதியாகவில்லை, தப்பியோட வேண்டிய அவசியமும் ஏற்படவில்லை. அவரின் துணைப் படைகள் தோற்றாலும், அவர் தோற்காமல் வென்றார்.

ஃபிளோரண்டைன்களிடம் எந்தவிதப் படைபலமும் இல்லாத சமயத்தில், பீஸாவைக் கைப்பற்றுவதற்காக பத்தாயிரம் பிரெஞ்சுக்காரர்களை அனுப்பினர். அதனால் அவர்கள் தங்கள் வாழ்நாளில் சந்திக்காத பல பிரச்சினைளை எதிர்கொண்டனர்.

கான்ஸ்டான்டிநோப்பிளின் பேரரசன்,* தனது அண்டை நாடுகளைக் கைப்பற்ற பத்தாயிரம் துருக்கியர்களை கிரேக்கத்திற்கு அனுப்பினார். அவர்கள் போர் முடிந்ததும், நாட்டைவிட்டு வெளியேறவில்லை; மத நம்பிக்கையற்றவர்களிடம் கிரேக்கர்கள் அடிமையாவதற்குத் தொடக்கமாக இருந்தது.

எனவே, வெற்றிபெற விரும்பாதவர்களாக இருந்தால் இது போன்ற துணைப் படைகளைப் பயன்படுத்தலாம். ஏனென்றால் இவர்கள் கூலிப்படையை விட மிகவும் ஆபத்தானவர்கள். அவர்கள் அழிவை ஏற்படுத்தத் தயாராக உள்ளவர்கள். இவர்கள் அனைவரும் ஒன்றுமையாக இருப்பார்கள். கட்டளைகளுக்குக் கீழ்ப்படிந்து நடந்துகொள்வார்கள். ஆனால் அவர்கள் கூலிப் படையினருடன் சேர்ந்து வெற்றி பெற்றால், உங்களைக் காயப்படுத்த நல்ல சந்தர்ப்பத்திற்காகக் காத்திருப்பார்கள். இவர்கள் இருவரும் ஒரே சமூகத்தைச் சேர்ந்தவர்கள் அல்ல. கூலிப்படையினர் தேர்வு செய்யப்பட்டு

---

* Joannes Cantacuzenus - 1300 இல் பிறந்த ஜோன்னெஸ் கான்டாகுசெனஸ் 1383-இல் இறந்தார்.

ஊதியம் பெறுகிறவர்கள். மேலும் நீங்கள் நியமித்திருக்கும் தலைவனும் உங்களைக் காயப்படுத்தப் போதுமான அதிகாரத்தை முழுமையாகப் பெற்றவர்கள் இல்லை. ஆனால், கூலிப்படையினரில் கோழைத்தனம் மிகவும் ஆபத்தானது; அதே போல் துணைப்படையினரின் வீரமும் மிகவும் ஆபத்தானது. எனவே, புத்திசாலி இளவரசன் இந்த இரண்டு இராணுவத்தைத் தவிர்த்து, தனக்கான சொந்த இராணுவத்தை உருவாக்கிக் கொள்வான். மற்ற படையினரைப் பயன்படுத்தி வெற்றி பெறுவதை விடத் தன் சொந்தப் படையினருடன் தோற்றாலும் பரவாயில்லை என்று நினைப்பான். மற்றவரின் படையினரைக் கொண்டு கிடைக்கும் வெற்றியைத் தனது சொந்த வெற்றியாகக் கருதமாட்டான்.

சிசேர் போர்கியாவையும் அவரது செயல்களையும் மேற்கோள் காட்டுவதில் நான் ஒருபோதும் தயங்கியதில்லை. டியூக் பிரெஞ்சு துணைப் படையினருடன் ரோமக்னாவிற்கு அழைத்துச் சென்றார். அவர்களைப் பயன்படுத்தி இமோலாவையும், ஃபோர்லியையும் கைப்பற்றினார்; அதன் பின்னர், அந்தப் படையினர் நம்பகத்தனமாக அவருக்குத் தெரியவில்லை. அதனால், அவர் கூலிப்படையின் உதவியை நாடினார். அவர்கள் ஆபத்து குறைவானவர்கள் என்று நினைத்து, ஆர்ஸினியையும், விட்டெல்லியையும் தனது படையில் சேர்த்துக்கொண்டார். அவர்களைச் சேர்த்துக்கொண்ட பிறகு அவர்கள் சந்தேகத்திற்குரியவர்கள் என்றும், விசுவாசமற்றவர்கள் என்றும் கண்டறிந்தார். அதனால், அவர்களை நீக்கிவிட்டுத் தனக்கான சொந்த இராணுவத்தை உருவாக்கினார். டியூக் பிரெஞ்சுப் படையினரைப் பயன்படுத்திய போதும், ஆர்ஸினி விட்டெல்லி போன்ற கூலிப்படையினரைப் பயன்படுத்திய போதும் கிடைத்த நற்பெயரை விடத் தனது சொந்த இராணுவத்தைப் பயன்படுத்தும்போது அதிகமாகக் கிடைத்தது. மேலும், தனது சொந்த இராணுவத்தின் மீது நம்பிக்கை அதிகரித்து வருவதையும் உணர்ந்தார். ஆகவே, தனது சொந்தப் படைகளைப் பயன்படுத்தும் போது அவரின் மதிப்பு பலமடங்காக உயர்ந்தது.

எடுத்துக்காட்டாக இத்தாலிக்கு அப்பால் செல்ல நான் விரும்பவில்லை. ஆனால், மேலே குறிப்பிட்ட சம்பவங்களை விளக்கும்போது முக்கியமான சைராக்யூசனை சேர்ந்த ஹெய்ரோவை விட்டுவிடத் தோன்றவில்லை. இந்த மனிதன், நான் சொன்னது போல், சைராக்யூசனால் இராணுவத்தின் தலைமைப் பொறுப்பேற்றார். இத்தாலிய காண்டோட்டியேரி போன்று இவனிடம் இருந்தது ஒரு கூலிப்படை என்பது தெரிந்தது. அந்தப் படையை வைத்து எந்தப் பயனும் இல்லை. அதே சமயம் அப்படியே விட்டு விலகவும் முடியவில்லை. அதனால், அதை அப்படியே கலைத்துவிட்டுத் தனக்கென்று சொந்தமான ஒரு இராணுவத்தை உருவாக்கிப் போரிட்டார்.

இந்த விஷயத்திற்குப் பொருந்தக்கூடிய பழைய ஏட்டிலிருந்து ஒரு உதாரணத்தை நினைவுபடுத்த விரும்புகிறேன். ஃபெலிஸ்தைனிய வீரரான கோலியாத்துடன் சண்டையிட நினைத்த டேவிட் சவுலிடம் தன்னை ஒப்படைத்தார். டேவிட் பயிற்சியளித்த சவுல், அவனுக்கு மேலும் தைரியம் அளிக்கத் தனது சொந்த ஆயுதங்களைப் பரிசாகக் கொடுத்தார். ஆனால், டேவிட் அவற்றைப் பயன்படுத்த முடியாது என்று நிராகரித்து, எதிரியைத் தனது கவணையும் கத்தியையும் கொண்டு சந்திக்க விரும்புவதாகக் கூறினான். மற்றவர்களின் ஆயுதங்களை நீங்கள் முதுகில் சுமக்கும்போது எப்போது வேண்டுமானாலும் விழலாம் அல்லது அது உங்களுக்குப் பாரமாக அமையலாம் அல்லது உங்களையே கூட வீழ வைக்கலாம்.

மன்னன் பதினொான்றாம் **லூயிஸின்*** தந்தையான **ஏழாம் சார்லஸ்**** நல்ல அதிர்ஷ்டமும், வீரமும் கொண்டவர். அவர் பிரான்சை ஆங்கிலேயரிடம் இருந்து விடுவிக்க, தனது சொந்த இராணுவத்துடன் ஆயுதம் ஏந்த வேண்டிய அவசியத்தை உணர்ந்தார். மேலும், ஒவ்வொருவரும் ஆயுதப் பயிற்சி மேற்கொண்டிருக்க வேண்டுமென்ற **அரச கட்டளையை** நிறுவினார். இராணுவத்தில் சேருவது

---

* லூயிஸ் XI, மேற்கூறியவர்களின் மகன், 1423–இல் பிறந்து, 1483–இல் இறந்தார்.

** சார்லஸ் VII – 1403–இல் பிறந்து, "தி விக்டோரியஸ்" என்ற குடும்பப் பெயர் கொண்டவர். இவர் 1461–இல் இறந்தார்.

கட்டாயம் என்ற சட்டத்தையும் உருவாக்கினார். அதன்பிறகு, அவரது மகன், மன்னர் லூயிஸ், காலாட்படையைக் கலைத்துவிட்டு, ஸ்வைட்ஜர்களைத் தனது படையில் சேர்த்து, அனைவரும் செய்த தவறை அவனும் செய்தான். இதனால், அவரது ராஜ்ஜியத்திற்கு அவனே ஆபத்தை ஏற்படுத்திக் கொண்டான். ஏனெனில், ஸ்வைட்ஜர்களின் நற்பெயரை உயர்த்த, அவன் தனது காலாட்படையை முற்றிலுமாகக் கலைத்துவிட்டதால், தனது சொந்தப் படைகளின் நன்மதிப்பைக் குறைத்துவிட்டான். மேலும், அவனது படையினர் ஸ்வைட்ஜர்களோடு சேர்ந்து சண்டையிடப் பழக்கமாகிவிட்டனர். ஸ்வைட்ஜர்கள் இல்லாமல் வெல்ல முடியாது என்ற எண்ணத்தையும் வளர்த்துக்கொண்டனர். இதனால், பிரெஞ்சுக்காரர்கள் ஸ்வைட்ஜர்களுக்கு எதிராக நிற்கவில்லை. ஸ்வைட்ஜர்கள் இல்லாமல் அவர்கள் மற்ற போருக்கு வரமாட்டார்கள். பிரஞ்சுப் படைகள் கலப்பு, ஒரு பகுதி கூலிப் படையினர், சொந்தப் படையினர் என்று கலவையாக லூயிஸ் இராணுவம் இருந்தது. கூலிப்படையினர், துணைப்படையினரைக் காட்டிலும் இது சிறந்தது என்றாலும், தனது சொந்தப் படையினருக்கான மகத்துவத்தை அவர் இழந்துவிட்டார். ஏனென்றால் சார்லஸின் கட்டளைப்படி இராணுவத்தை விரிவுபடுத்தியோ அல்லது பராமரித்தோ இருந்திருந்தால் பிரான்ஸ் வெல்ல முடியாத பேரரசாக உருவாகியிருக்கும்.

ஆனால், மனிதனின் அற்ப ஞானத்தால் முதலில் நன்றாகத் தோன்றும் எந்த ஒரு விஷயத்திலும், அதற்குப் பின்னால் மறைந்திருக்கும் விஷத்தை அறிந்துகொள்ள முடியாது. எனவே, ஒரு நாட்டை ஆளும் இளவரசனால் தன்னை சுற்றியிருக்கும் தீமைகளை அவனைப் பாதிக்காத வரையிலும் அவனால் உணர்ந்துகொள்ள முடியாது. இது போன்ற தீமைகளை முன்பே கணிக்கும் நுண்ணறிவு ஒரு சிலருக்கு மட்டுமே இருக்கிறது. ரோமானியப் பேரரசுக்கு ஏற்பட்ட முதல் பேரழிவை ஆய்வு செய்தால், அது கோத் படைகளைத் தங்களுடன் சேர்த்துக்கொண்டதிலிருந்துதான் தொடங்கியது என்பது புரியும். ஏனெனில் அன்றிலிருந்து ரோமானியப் பேரரசின் மதிப்பு குறையத் தொடங்கியது.

மேலும், மதிப்பை உயர்த்திய வீரம் அனைத்தும் மற்றவர்களுக்கு உதவியாகச் சென்றது.

எனவே, முடிவாக நான் சொல்லவருவது என்னவென்றால் ஒரு நாட்டிற்குச் சொந்தமாக இராணுவம் இல்லையென்றால் அதனைப் பாதுகாக்க முடியாது. இது அதிர்ஷ்டத்தைச் சார்ந்தது மட்டுமல்ல, துன்பத்திலிருந்து நாட்டைக் காக்கும். **தன்னுடைய திறன், புகழ், அதிகாரம் இவற்றையெல்லாம் அறிந்துகொண்ட இளவரசன், நிச்சயமற்றதாகவோ அல்லது நிலையற்றதாகவோ எதுவும் இருக்க முடியாது என்பது அவர்களின் கருத்தாக இருக்கும் என்பது ஞானிகளின் தீர்ப்பு.** மேலும் ஒரு நாட்டின் சொந்தப் படைகள் என்பது அந்த நாட்டின் குடிமக்களைச் சார்ந்து இயங்கும். கூலிப்படை யினர், துணைப்படையினர் அப்படி நடந்துகொள்வார்கள் என்று எதிர்ப்பார்க்க முடியாது. அலெக்சாண்டரின் தந்தை பிலிப் தொடங்கி இன்னும் பல குடியரசுகள், இளவரசர்கள் வரை தங்களுக்கென்று சொந்த இராணுவத்தை அமைத்துக்கொண்டதைக் கவனித்தால், நான் பரிந்துரைத்த விதிகளைப் பற்றி முழுமையாக ஏற்றுக்கொள்வீர்கள்.

அத்தியாயம் XIV

இது போர்க் கலையின் தலைப்பில் ஒரு இளவரசரைப் பற்றியது

ஒரு இளவரசனுக்குப் போர் குறித்தும், அதன் விதிகள் குறித்தும்தான் நன்றாகத் தெரிந்திருக்க வேண்டும். அவனுடைய நோக்கமும் சிந்தனையும் போர் குறித்துதான் இருக்க வேண்டும். அவனது கல்விகூட அதைத் தவிர வேறு எதையும் தேர்ந்தெடுக்கக் கூடாது. ஏனெனில் போர் என்பது ஆட்சி புரிபவருக்குச் சொந்தமான ஒரு கலையாகும். மேலும் இது இளவரசர்களாகப் பிறந்தவர்கள் மட்டுமல்லாமல், சாதாரண ஆண்களைக் கூடப் போர்க் கலை கற்றவனை மேலான நிலையில் உயர்த்த உதவுகிறது. இதற்கு மாறாக, இளவரசர்கள் போர்க் கலையைப் பெரிதாக நினைக்காத போது அவர்கள் தங்கள் நாட்டை இழந்திருக்கிறார்கள். இளவரசர்கள் நாட்டை இழப்பதற்கு முதல் காரணம் போர்க் கலையைப் புறக்கணிப்பதுதான். மேலும் ஒரு நாட்டைக் கைப்பற்ற இளவரசனுக்கு உதவுவது அந்தக் கலையில் தேர்ச்சி பெறுவதுதான். ஃபிரான்செஸ்கோ ஸ்ஃபோர்ஸா (Francesco Sforza) அனைத்துப் போர் பயிற்சிகளையும் பெற்றதால்தான் ஒரு சாதாரண வீரராக இருந்து மிலன் டியூக்காக உயந்தான். ஆனால், அவரது மகன்கள் போர்க்கலையிலும், போர்க் கலையைக் கற்பதிலும் பெரிய ஆர்வம் காட்டாததால் டியூக் பதவியிலிருந்து சாதாரணக் குடிமகன்களாக ஆனார்கள். ஏனென்றால், ஒரு இளவரசன் ஆயுதங்களற்று நிராயுதபாணியாக இருந்தால்

பல தீமைகளைக் கொண்டுவரும். அதுவே இளவரசன் இகழ்ச்சிக்குக் காரணமாக அமைந்து, பெரிய அவமானமாக மாறும். இதிலிருந்து இளவரசன் தன்னைக் காத்துக்கொள்ள போர்க் கலை மிகவும் அவசியம். **ஏனெனில் ஆயுதம் ஏந்தியவர்களுக்கும், ஆயுதம் ஏந்தாத நிராயுதபாணிக்கும் இடையே பெரிய வித்தியாசம் எதுவும் இல்லை; ஆயுதம் ஏந்தியவன் ஆயூதம் ஏந்தத் தெரியாதவனுக்குக் கீழ்ப்படிய வேண்டும் என்று நினைப்பதும் அல்லது ஆயுதம் ஏந்தாதவன் ஆயுதமேந்தியவனுக்குப் பாதுகாப்பாக இருப்பான் என்று கருதுவதும் நியாயமல்ல.** ஏனெனில், ஒரு இடத்தில் இழச்சியும், இன்னொரு இடத்தில் சந்தேகமும் இருக்கும். இவர்கள் இருவரும் ஒன்றாக இணைந்து செயல்படுவது என்பது சாத்தியமில்லை. ஆகவே, போர்க் கலையைப் புரிந்துகொள்ளாத ஓர் இளவரசன், மற்ற துரதிர்ஷ்டங்களை விட அவனது சொந்த வீரர்களால் மதிக்கப்படமாட்டான். அவனை நம்பவும் மாட்டார்கள். ஆகவே, இளவரசன் போர்க்கலை பயிற்சியைத் தவிர வேறு எதிலும் தனது எண்ணங்களைச் செலுத்தக் கூடாது. போர் இல்லாத அமைதியான காலத்திலும் போர்கள் சார்ந்த பயிற்சிகளை மேற்கொள்ள வேண்டும். அச்செயல் மூலமாகவும், போர் சார்ந்த கல்வியாகவும் அது இருக்க வேண்டும்.

செயல் பயிற்சியானது இளவரசன் தனது படைகளை நன்கு ஒழுங்கமைத்து, எந்த இடர் சூழ்நிலைகளையும் கடக்க உதவும். இடைவிடாமல் பின்பற்றப்படும் பயிற்சியால் அவனது படைகள் உடல் கஷ்டங்களுக்குப் பழக்கப்பட்டுவிடும். மேலும் தங்களின் உள்ளூரைப் பற்றியும் அவர் கற்றுக்கொள்கிறார். மலைகள் எப்படி இருக்கிறது, பள்ளத்தாக்குகள் எவ்வாறு திறக்கப்படுகின்றன, சமவெளிகள் எப்படி அமைந்துள்ளன, ஆறுகள் மற்றும் சதுப்பு நிலங்களின் தன்மையைப் புரிந்துகொள்வது போன்ற அனைத்திலும் இளவரசனின் இராணுவம் மிகுந்த கவனம் செலுத்த வேண்டும். இந்த அறிவு இரண்டு வழிகளில் பயனுள்ளதாக இருக்கும். முதலாவதாக, இளவரசனின் இராணுவ வீரர்கள் தங்களது நாட்டைப் பற்றிக் கற்றுக்கொள்கிறார்கள். மேலும் அதன் பயனாகப் பாதுகாப்பைச் சிறப்பாக மேற்கொள்ள முடியும்; பின்னர், அந்த இடத்தைப் பற்றிய அறிவு, போருக்குத் தேவையான

அனைத்தையும் எளிதாகப் புரிந்துகொள்ள உதவும். உதாரணமாக, டஸ்கனியிலுள்ள மலைகள், பள்ளத்தாக்குகள், சமவெளிகள், ஆறுகள், சதுப்பு நிலங்கள் போன்ற விஷயங்கள் மற்ற நாடுகளுடன் ஒத்துப்போகின்றன. எனவே தங்கள் நாட்டின் அம்சங்களைப் பற்றித் தெரிந்துகொள்வதால், இன்னொரு நாட்டைப் பற்றி அறிந்துகொள்ள முடிகிறது. ஒரு படைத் தலைவனுக்கு இருக்க வேண்டிய இந்தத் திறமை இளவரசனுக்கு இல்லையென்றால் அவன் இகழ்ச்சியடைவதோடு இல்லாமல் தனது நாட்டை இழக்கும் அபாயமும் அதிகமாக இருக்கிறது. ஆகையால், இந்தப் போர்க் கலை என்பது இளவரசன் தன் எதிரிகளை ஆச்சரியப்படுத்தவும், குடியிருப்புகளைத் தேர்ந்தெடுக்கவும், படைகளை வழிநடத்தவும், எதிரிகளின் நகரங்களை முற்றுகை யிடவும் கற்றுக்கொடுக்கிறது.

ஆகாயியளின் இளவரசன் **பிலிப்போமெனை*** பல வரலாற்று ஆசிரியர்கள் அவனைப் பாராட்டி எழுதியிருக்கிறார்கள். ஏனெனில், போரில்லாத அமைதியான காலத்தில் கூட அவன் மனத்தில் போர் விதிகளைத் தவிர வேறெதுவும் இருந்ததில்லை. அவன் தனது நண்பர்களுடன் சொந்த நாட்டில் இருந்தபோது, போர் சார்ந்த விவாதங்களில் ஈடுபடுவான். "எதிரி அந்த மலையில் இருந்தால், நாம் இந்த இடத்தில் நமது இராணுவத்தை வைத்தால், யாருக்கு நன்மையாக இருக்கும்? எதிரிகளைச் சந்திப்பதற்கு நாம் எப்படி முன்னேறிச் செல்வது? நாம் பின்வாங்குவதாக விரும்பினால், அதை நாம் எப்படிச் செய்வது?" என்று விளக்குவான். மேலும், எதிரி நாட்டுப் படைகள் வந்தால் அதை எதிர்கொள்ளக்கூடிய அனைத்து வாய்ப்புகளையும் தனது படைகளிடம் கேட்பான். அவன் அவர்களின் கருத்தைக் கேட்டு, அதைக் காரணங்களோடு உறுதிப்படுத்திக் கொள்வான். அதனால், இந்தத் தொடர்ச்சியான விவாதங்களால் முன் திட்டத்தோடு செய்யபட்டதால், போர்க்காலத்தில் எப்படிப்பட்ட எதிர்பாராத சூழ்நிலைகளையும் எதிர்க்கொள்ள முடிந்தது.

---

* பிலிப்போமென் (Philopoemen) - 252 B.C. இல் பிறந்து 183 B.C.-இல் இறந்தார். "கிரேக்கர்களின் கடைசி" வீரர் என்று அவரை அழைத்தனர்.

அதனால், இதுபோன்று இளவரசன் புத்திசாலியாகச் செயல்பட வேண்டுமென்றால் அவன் முதலில் வரலாற்றைப் படிக்க வேண்டும். புகழ்பெற்ற மனிதர்களின் செயல்கள், அவர்கள் போர்க்காலத்தை எவ்வாறு எதிர்கொண்டார்கள், எவ்வாறு தாக்குதல்கள் நடத்தினார்கள் போன்ற விஷயங்களை நன்கு படித்துத் தெரிந்துகொள்ள வேண்டும். அவர்களின் வெற்றி, தோல்விக்கான காரணங்களை ஆராய வேண்டும். அவர்களை உதாரணமாகக் கொண்டு தோல்விக்கான காரணத்தை அறிந்து செய்யாமலும், வெற்றிக்கான காரணத்தை அறிந்து செயல்படுத்தவும் வேண்டும். அலெக்சாண்டர் தி கிரேட் அகில்லெஸ் சீசர் அலெக்சாண்டரையும், சிபியோ சைரஸ்ஸையும் பின்பற்றியது போல் பின்பற்ற வேண்டும். எல்லாவற்றிற்கும் மேலாக, ஒரு இளவரசன் போரில் சிறந்து விளங்க வேண்டுமென்றால் அவருக்கு முன் புகழப்பெற்ற ஒருவரை முன்மாதிரியாக எடுத்துக்கொள்வது அவசியம். செனோஃபோனால் (Xenophon) எழுதிய சைரஸின் வாழ்க்கை வரலாற்றைப் படிப்பவர் எவரும், சிபியோவின் வாழ்க்கையைப் பின்பற்றிப் பெரிய புகழை அடைவார்கள். அவருடைய மகிமையாக இருந்தது மரியாதை, கண்ணியம், மனிதநேயம், பரந்த மனப்பான்மை ஆகியவற்றில் சைரஸைப் பற்றி ஜெனோஃபோன் எழுதப்பட்ட விஷயங்களை சிபியோ ஏற்றுக்கொண்டார். **ஒரு புத்திசாலியான இளவரசன் போரில்லாத அமைதியான காலங்களில் வெறுமனே இருக்கக்கூடாது. போர்க்காலங்களில் எப்படிச் சமாளிக்க வேண்டும் என்ற திட்டத்தை வகுத்துக்கொண்டால், அதை எதிர்கொள்ளும்போது உதவியாக இருக்கும்.**

அத்தியாயம் XV

எதற்காக மனிதர்கள், குறிப்பாக இளவரசர்கள் பாராட்டப்படுகிறார்கள் அல்லது குற்றம் சாட்டப்படுகிறார்கள் என்பது பற்றிய விஷயங்கள்

ஓர் இளவரசன் தனது நண்பர்களிடம், குடிமக்களிடம் எப்படி நடந்துகொள்ள வேண்டும் என்ற விதிகளை இதில் விவாதிக்க இருக்கிறோம். இந்த விஷயத்தைக் குறித்து பலர் எழுதியிருப்பதை நான் அறிவேன். அதை மீண்டும் குறிப்பிடுவதில் நான் தற்பெருமையாக உணர்கிறேன். இருந்தாலும், அதைப் பற்றி விவாதிக்கும்போது நான் மற்றவர்களின் முறைகளிலிருந்து விலகிச் சொல்லப் போகிறேன். இந்த விஷயம் யாருக்குப் பயனுள்ளதாக இருக்கிறதோ, யார் புரிந்துகொள்ளவிருக்கிறார்களோ அவர்களுக்காக எழுதுவதே என் நோக்கம். அதனால், இந்த விஷயத்தில் கற்பனையை விட, உண்மையை அப்படிச் சொல்வது பொருத்தமாக இருக்குமென்று எனக்குத் தோன்றுகிறது. இதுவரை அறியப்படாத, பார்த்திராத குடியாட்சிகளைப் பற்றியும், இளவரசர்களைப் பற்றியும் பலர் பதிவு செய்திருக்கிறார்கள். இதில் ஒருவன் எப்படி வாழ வேண்டும் என்பதைப் புறம் தள்ளிவிட்டு, என்ன செய்ய வேண்டும் என்பதைப் புறக்கணிப்பவர் விரைவில் அவனது பாதுகாப்பு சீர்கெட்டு அழிவை ஏற்படுத்தும். ஏனெனில், ஒருவன் தனது செயல்களில் அறம் சார்ந்ததை மட்டுமே

செய்ய விரும்புபவன், விரைவில் அழிவைத் தரக்கூடிய தீயவற்றைச் சந்திக்கவிருக்கிறான்.

எனவே, ஓர் இளவரசன் தனது நாட்டைத் தக்க வைத்துக்கொள்ள விரும்புகிறான் என்றால், தேவைக்கு ஏற்ப தீய செயல்களைப் பயன்படுத்துவது மிக அவசியம். இதில், ஓர் இளவரசரைச் சுற்றியிருக்கும் கற்பனையான விஷயங்களை ஒதுக்கிவைத்துவிட்டு, உண்மையானவற்றைப் பற்றி விவாதிப்போம். எல்லா மனிதர்களைக் காட்டிலும் குறிப்பாக இளவரசன் மிக உயர்ந்த இடத்தில் இருக்கிறான். இருந்தாலும், மற்றவர்களைப் போலவே அவர்களுக்கும் சில குணங்கள் குறிப்பிடத்தக்கவையாக இருக்கும். இளவரசர்களைப் பாராட்ட நினைப்பவர்கள் அல்லது விமர்சனம் செய்ய நினைக்கிறவர்கள் எப்போதும் இரண்டு குணாதிசயங்களை மேற்கோள் காட்டிக் கூறுவார்கள். ஒன்று அவர்களின் பரந்த மனப்பான்மை. மற்றொன்று அவர்களின் கருமித்தனம். இதற்கு நான் டஸ்கன் கூறிய வார்த்தைகளைப் பயன்படுத்துகிறேன். (ஏனென்றால் எங்கள் மொழியில் பேராசை என்பது கொள்ளையடித்தாவது பொருட்களைத் தனக்குச் சொந்தமாக்க நினைப்பவன். அதே சமயம் தான் சேர்த்து வைத்த பொருளைப் பயன்படுத்தாமல் வைத்திருப்பவன் கருமி.) இளவரசன் தாராள மனப்பான்மை கொண்டவர், பேராசைக்காரர், கொடூரமானவர், இரக்கமுள்ளவர், நம்பத் தகுதியற்றவர், நம்பிக்கைக்குரியவர், பெண் தன்மை கொண்டவர், கோழையாக இருப்பவர், துணிச்சல்மிக்கவர், அன்பானவர், ஆணவம் கொண்டவர், பெண் பித்து கொண்டவர், பெண்கள் விஷயத்தில் ஒழுக்கமானவர், நேர்மையானவர், தந்திரமானவர், கரடுமுரடானவர், எளிமையாக இருக்கக்கூடியவர், மதம் சார்ந்த நம்பிக்கையுடையவர், மத நம்பிக்கையற்றவர் போன்ற குறிப்பிட்ட அனைத்து குணங்களில் நல்லது மட்டுமே வெளிப்படுத்தும் இளவரசனைப் பாராட்டுவார்கள். மதித்து ஏற்றுக்கொள்வார்கள் என்பதை நான் அறிவேன். ஆனால் இவை அனைத்தையும் சேர்த்து ஒன்றாகச் செயல்படுத்த முடியாது. மனித குணங்கள் அதை அனுமதிக்காது. இளவரசன் தனது நிலையை இழக்கும் தீய சிந்தனைகளைத் தவிர்க்கும் புத்திசாலித்தனமும், முன்னெச்சரிக்கை அறிவையும்

பெற்றிருப்பது அவசியம்; அப்போதுதான் அவன் தீய செயல்களைத் தவிர்த்து தனது நாட்டை இழக்காமல் தக்க வைத்துக்கொள்ள முடியும். ஆனால் இளவரசன் பழிச் சொல்லிற்கு அஞ்சி விலகி இருக்க முடியும். அதை முற்றிலுமாகத் தவிர்க்க முடியாது. மீண்டும் சொல்லுகிறேன். இளவரசன் தனது தீமையான செயலுக்கு வரும் கண்டனம் குறித்து கவலைப்படத் தேவையில்லை. ஏனென்றால், மிகுந்த சிரமத்துடன் நாட்டைக் காப்பாற்ற நினைத்து நல்லொழுக்கத்தைப் பின்பற்றினால், அது அழிவைத் தேடித்தரலாம். அதே சமயம், கெட்டது என்று நினைத்து வேண்டா வெறுப்பாகச் செய்த விஷயங்கள் கூடப் பாதுகாப்பையும், நல்ல புகழையும் பெற்றுத் தரும்.

அத்தியாயம் XVI

தாராளமயம் பற்றியும், தாராளமற்ற நிலைமை பற்றியும்

ஓர் இளவரசன் மேலே குறிப்பிட்டுள்ள தாராள மனப்பான்மை கொண்டவனாக இருந்தால், அவனைப் புகழ்வது நல்லதென்று நான் கூறுவேன். இருந்தாலும்கூட, தாராள மனப்பான்மை இளவரசனுக்கு நற்பெயரைக் கொண்டு வரவில்லை என்றால், அது அவனுடைய இழச்சிக்கு வழிவகுக்கும். ஏனென்றால், ஒருவன் நேர்மையாக இருப்பதைவிட, அதை எப்படிப் பயன்படுத்த வேண்டும் என்று அறியாமல் இருந்தால், அதனால் அவன் எதிர்மறையான விளைவுகளைச் சந்திக்க வேண்டியதிருக்கும். எனவே, தாராள மனப்பான்மை என்ற பெயரை மனிதர்களிடையே தக்க வைத்துக்கொள்வதற்காகத் தனது மகத்துவத்தை இழக்க வேண்டியதிருக்கும். இவ்வாறு செய்ய விரும்பப்படும் ஓர் இளவரசன், தனது சொத்து முழுவதையும் செலவு செய்ய நேரிடும். இறுதியில் அவர் தாராள மனப்பான்மை கொண்டவன் என்ற பெயரைத் தக்க வைத்துக்கொள்ள, தனது மக்களைத் தேவையில்லாமல் வரி விதிக்கவும், தன்னால் முடிந்த நிதிச் சுமைகளை அவர்கள் மீது சுமத்தவும் கட்டாயப்படுத்தப்படுகிறான். இதனால் விரைவில் அவர் மீது குடிமக்கள் வெறுப்படையத் தொடங்குவார்கள். மேலும் பொருளாதார ரீதியாக அதனால் பாதிக்கப்படுகிறார்கள். ஒரு கட்டத்தில் மக்கள் அவரைக் குறைவாக மதிப்பார்கள். எனவே, அவரது தாராள மனப்பான்மையால், சிலருக்கு

வெகுமதி அளித்து, பலரைப் புண்படுத்தித் தனக்கான பிரச்சினையை ஏற்படுத்தி ஆபத்தைத் தேடிக் கொள்கிறார். அந்தத் தவறை உணர்ந்து, அதிலிருந்து பின்வாங்க விரும்பி ஒரேயடியாகக் கருமியாக மாறி இகழ்ச்சிக்கு ஆளாகிறான்.

எனவே, ஓர் இளவரசனுக்குத் தாராள மனப்பான்மை செலவை ஏற்படுத்துமே தவிர நற்பெயரைப் பெற்றுத்தரும் என்று நம்ப முடியாது. அவர் புத்திசாலியான இளவரசனாக இருந்தால் தாராள மனப்பான்மை இல்லாதவன் (கருமி) என்ற பெயர் எடுப்பதைக் கண்டு அஞ்சமாட்டான். ஏனென்றால் அவர் காலப்போக்கில், தாராள மனப்பான்மையை விட கருமி என்ற பண்பு கூட இளவரசனுக்கு நற்பெயரைப் பெற்றுத்தரும். தேவையானவற்றில் அளவாகச் செலவு செய்து தனது நாட்டின் பொருளாதாரத்தையும், வருமானத்தையும் பார்த்துக்கொண்டாலே போதுமானது. எல்லாத் தாக்குதல்களிலிருந்தும் தன்னைத் தற்காத்துக்கொள்ள முடியும். மேலும் தன் மக்களுக்கு வரி போன்ற சுமைகளை ஏற்படுத்தாமல் நிர்வாகம் செய்ய முடியும். இதனால், எண்ணிக்கையளவில் பலர் மனத்தில் நற்பெயர் எடுக்கிறார்கள். ஆகவே, இளவரசன் யாரிடமிருந்து எதுவும் எடுக்கவில்லையோ அவர்களை மதிப்பார்கள். **இளவரசன் யாருக்கு எதுவும் கொடுக்கவில்லையோ அவர்களுக்குக் கருமியாகத் தெரிவார். அவர்கள் எண்ணிக்கையளவில் சிலரே!**

நம் காலத்தில் ஒரு சிலரைத் தவிர (தாராள மனப்பான்மை அற்றவர் தவிர) பெரிய காரியங்களைத் தனது ஆட்சியில் செய்ததாகத் தெரியவில்லை. இரண்டாம் போப் ஜூலியஸ், தாராளமயத்திற்கான நற்பெயரால் போப்பாண்டவர் பதவியை அடைவதற்கு உதவினார். ஆனால், அவர் பிரான்சின் மன்னருடன் போர் தொடுத்தபோது, தனது அதிகாரத்தைத் தக்கவைத்துக் கொள்ள எந்தத் தவறான முயற்சிகளையும் செய்யவில்லை. குடிமக்கள் மீது அதிக வரிகளை விதிக்காமல் பல போர்களைச் செய்தார். ஏனெனில் அவர் தனது நீண்டகால சிக்கனத்தால் தனது போருக்கான செல்வத்தைச் சேர்த்திருந்தார். தற்போதைய ஸ்பெயினின் அரசர் தாராள மனப்பான்மையைக் கொண்டவர் என்று புகழ் பெற்றிருந்தால், பல நாடுகளை வெற்றி பெற்றிருக்கமாட்டார். எனவே,

ஒரு இளவரசன், தனது குடிமக்களுக்கு அதிக வரிகளைச் சுமத்தாமல் இருக்கவும், தன்னையும் மக்களையும் காக்கவும், நாட்டைப் பொருளாதாரச் சிக்கலில் தள்ளிவிடாமல் இருக்கவும் தாராள மனப்பான்மையற்ற கருமித்தனம் ஆட்சிக்கு உதவுகிறது. மக்கள் மீது கொடுமையைச் செய்ய வேண்டிய கட்டாயம் இருக்காது. தீமைகளற்ற ஆட்சி செய்யவதற்கு இது முக்கியமான அம்சமாக இருக்கும்.

யாரேனும் சீசர் தாராள மனப்பான்மையால் பேரரசைப் பெற்றார் என்றும், மேலும் பலர் தாராள மனப்பான்மையாக இருந்து மிக உயர்ந்த பதவிகளை அடைந்துள்ளார்கள் என்றும் கூறினால், அவர்களுக்கு நான் அளிக்கும் பதில் 'நீங்கள் உண்மையிலேயே ஓர் இளவரசனாக இருக்க வேண்டும் அல்லது இளவரசனாக இருக்கத் தகுதியுடையவராக இருக்க வேண்டும்'. எப்படியிருந்தாலும் நான் முதலில் கூறியதுபோல் தாராள மனப்பான்மை எப்போதும் ஆபத்தானதுதான். இரண்டாவதாக, தாராள மனப்பான்மையாக இருப்பதை இளவரசன் பரிசீலனை செய்வது மிகவும் அவசியம்; ரோமில் ஆட்சி செய்தவர்களில் முதன்மையானவராகத் திகழ்பவர் சீசர். ஆனால், அவர் மட்டும் இறக்காமல் உயிரோடு இருந்தால், அவர் செலவுகளைக் கட்டுப்படுத்தாமல் தனது அரசாங்கத்தை அழித்திருப்பார். இதற்கு யார் வேண்டுமானாலும் மறுத்து பதிலளிக்கலாம். பலர் இளவரசர்களாக இருந்து, தனது படைகளின் உதவியுடன் பெரிய காரியங்களைச் சாதித்திருக்கிறார்கள். அவர்கள் மிகவும் தாராள மனப்பான்மை கொண்டவர்கள் என்று விவாதிக்கலாம். அவர்களுக்கு நான் அளிக்கும் பதில்: ஒரு இளவரசன் தனக்குச் சொந்தமான பணத்தையோ அல்லது குடிமக்களின் பணத்தையோ அல்லது மற்றவர்களின் பணத்தையோ செலவு செய்கிறார். தனது சொந்தப் பணத்தைச் செலவு செய்யும்போது சிக்கனமாக இருக்க வேண்டும். குடிமக்களின் பணத்தைச் செலவு செய்ய வேண்டியிருந்தால், கிடைக்கும் வாய்ப்பையும் புறக்கணிக்காமல் பயன்படுத்திக்கொள்கிறான். மற்றவர்களின் பணம் என்பது கொள்ளையடித்தும், பிறரின் பணத்தைச் சொந்தமாக்கிக் கையாள்வதும் என்று வேறுவழியில்

கிடைத்த பிறருடைய செல்வத்தை இளவரசன் தாராள மனப்பான்மையோடு தனது இராணுவத்திற்குச் செலவு செய்வது அவசியம். இல்லையெனில் அவரின் கட்டளைக்கு இராணுவத்தினர் கீழ்ப்படிய மாட்டார்கள். சைரஸ், சீசர், அலெக்சாண்டர் போன்று உங்களுடையதோ அல்லது உங்கள் குடிமக்களுடையதோ சொந்தமில்லாத செல்வத்தைச் செலவு செய்ய நீங்கள் தயாராக இருக்க வேண்டும். ஏனென்றால் நீங்கள் மற்றவர்களின் செல்வத்தை வீணாக்கும்போது உங்களின் நற்பெயருக்கு எந்தக் கெடுதலும் வராது. ஆனால் உங்களின் சொந்த செல்வத்தை வீணாக்கும்போது உங்களைக் காயப்படுத்துகிறது.

தாராள மனப்பான்மையைப் போல் வேகமாக வீணடிக்கப்படும் குணம் எதுவும் இல்லை. மேலும் ஓர் இளவரசன் அதைச் செயல்படுத்தும்போது தனக்கான எல்லாத் தகுதிகளையும் இழக்கச் செய்து வெறுக்கப்படுவதாக மாறுகிறான். அது நாட்டையும் பொருளாதார அழிவுப் பாதைக்கு இழுத்துச் செல்லும். ஆகவே, தாராள மனப்பான்மை குணத்தால் நற்பெயரைத் தேடி வெறுப்புடன் பகைமையைச் சம்பாதிப்பதை விட, யாருடைய வெறுப்பையும் சம்பாதிக்காத கருமித்தனத்தை ஏற்றுப் பின்பற்றுவது புத்திசாலித்தனம்.

அத்தியாயம் XVII

கொடுமை, கருணை பற்றி, மேலும் பயப்பட வைப்பதை விட நேசிப்பது சிறந்ததா

மேலே குறிப்பிட்டுள்ள குணங்களைப் பற்றிச் சொல்லும்போது, ஒவ்வொரு இளவரசனும் கருணையுள்ளவனாக இருக்க வேண்டுமென்று நான் விரும்புகிறேன். இருப்பினும், இந்தக் கருணையைத் தவறாகப் பயன்படுத்தாமல் பார்த்துக்கொள்ள வேண்டும். சிசேர் போர்கியா (Cesare Borgia) மிகவும் கொடூரமானவராகக் கருதப்பட்டார்; இருந்தபோதிலும், அவருடைய கொடூர குணம் ரோமக்னாவை சமரசம் செய்து, அதை ஒருங்கிணைத்து, அமைதியை நிலைநாட்டுவதில் எந்தத் தடங்களாகவும் இருக்கவில்லை. இதைச் சரியாகக் கருத்தில் கொண்டால், அவர் ஃபிளோரண்டைன்களை விட மிகவும் இரக்கமுள்ளவராகக் காணப்படுகிறார். அவர்கள் தங்கள் மீதான கொடுமைகளைத் தவிர்க்க, பிஸ்டோயாவை (Pistoia) **அழிப்பதற்கு அனுமதித்தனர்.*** எனவே, ஒரு இளவரசன், தனது குடிமக்களை ஒற்றுமையாகவும், தனக்கு நம்பிக்கையுள்ளவர்களாகவும் வைத்திருக்கும் வரை, கொடுங்கோளன் என்று கொடுக்கப்படும் பெயரைப் பற்றிக் கவலைப்படத் தேவையில்லை. இதற்கு ஒரு சில உதாரணச் சம்பவங்களைக் கூறலாம். அதிக இரக்கத்தின் மூலம், கொலைகள், கொள்ளைகளைப் பின்தொடர்ந்து,

---

*. 1502 மற்றும் 1503-இல் Cancellieri - Panciatichi பிரிவுகளுக்கு இடையிலான நடந்த கலவரம்.

தனது ஆட்சியில் சீர்குலைவுகள் ஏற்பட அவர்களே அனுமதி வழங்கி இருக்கிறார்கள். இதனால், முழு மக்களும் காயப்படுகிறார்கள். ஆனால், கொடுங்கோலன் என்று பெயரெடுத்த இளவரசன் ஒரு சில தனிநபரை மட்டுமே துன்பப்படுத்துகிறான்.

அனைத்து இளவரசர்களுக்கும் அவர்கள் கைப்பற்றிய நாடுகள் ஆபத்துகள் நிறைந்ததாக இருப்பதால், கொடுங்கோலன் என்ற குற்றச்சாட்டை அவர்களால் தவிர்க்க இயலாமல் போனது. எனவே, விர்ஜில் (Virgil) டிடோவின் (Dido) வாய்மொழியாக, தனது ஆட்சியில் நடக்கும் மனிதாபிமானமற்ற தன்மைக்கு மன்னிப்புக் கேட்கிறார்:

என் விருப்பத்திற்கு எதிராக என் தலையெழுத்து இருக்கிறது

ஒரு குழந்தை நிலை போன்று இந்தச் சிம்மாசனம் அமைதியற்று இருக்கிறது

எனது அனைத்து சக்திகளையும்கொண்டு சாம்ராஜ்யத்தைப் பாதுகாக்க ஆணையிடுங்கள்

என் மீதிருக்கும் கறையை இந்தக் கொடுமைகள் காத்துக்கொள்ளும்.

இருப்பினும், அவர் நம்புவதற்கும் செயல்படுவதற்கும் யோசித்துத்தான் செயல்படுத்த வேண்டும். மேலும், அவர் தன்னுடைய அச்சத்தை வெளியே காட்டக்கூடாது. ஆனால் விவேகத்துடனும் மனிதாபிமானத்துடனும் மிதமான முறையில் செய்ய வேண்டும், இதனால், அதிக நம்பிக்கையில் கவனக்குறைவில்லாமலும், அதிக அவநம்பிக்கையில் துன்புறுத்தல் நடக்காமலும் அவரைக் காக்கும்.

இதைப் பற்றி விவாதிக்கும்போது ஒரு கேள்வி எழுகிறது: அச்சப்படுத்துவதைவிட நேசிப்பது சிறந்ததா அல்லது நேசிப்பதை விட அஞ்சவைப்பது சிறந்ததா? ஒருவர் இரண்டுமே சரியென்று பதிலளிக்கலாம். ஆனால், இந்த இரண்டும் ஒரு நபருடன் இருப்பது கடினம். இரண்டில் ஒன்றைத் தேர்வு செய்ய வேண்டுமென்றால், நேசிப்பதை

விட அஞ்சவைப்பது மிகவும் பாதுகாப்பான வழியாகும். ஏனென்றால், பொதுவாக மனிதர்கள், நன்றி கெட்டவர்கள், நிலையற்றவர்கள், பொய்யானவர்கள், கோழைகள், பேராசை கொண்டவர்கள். நீங்கள் வெற்றிபெறும் வரை அவர்கள் உங்களுக்கு ஆதரவாக இருப்பார்கள். ஏற்கெனவே கூறியதுபோல், இது போன்ற மனிதர்களைத் தொலைவில் வைத்திருக்கும் வரை உங்களுக்காகத் தன் இரத்தம், சொத்து, உயிர், குழந்தைகளை இழக்கத் தயாராக இருப்பார்கள். ஆனால், அவர்களை நெருக்கத்தில் வைத்துக்கொள்ளும்போது உங்களுக்கு எதிராக மாறுவார்கள். அவர்களின் உறுதிமொழிகளை முழுவதுமாக நம்பி, மற்ற முன்னெச்சரிக்கைகளைப் புறக்கணித்தால் அந்த இளவரசன் அழிவைத் தேடிக்கொள்கிறான். ஏனென்றால், பணத்தால் கிடைக்கும் நட்பானது என்றும் உன்னதமானதில்லை. அப்படிப்பட்ட நட்பை எப்போது வேண்டுமானாலும் சம்பாதிக்கலாம். ஆனால் அது பாதுகாப்பானதல்ல. தேவைப்படும் நேரத்தில் நம்ப முடியாது. சந்தர்ப்பம் கிடைத்தால் அச்சப்படுகிறவர்களை விட, நமக்கு நெருக்கமானவர்கள் காயத்தை ஏற்படுத்துவதற்குத் தயங்குவதில்லை. ஏனென்றால், மனிதனின் தன்மையானது அன்பால் பிணைக்கப்பட்டிருக்கும் உறவு தனக்கு நன்மை, முன்னேற்றம் ஆகியவை கிடைக்குமென்றால் அதற்குத் தயங்குவதில்லை. ஆனால், தனக்குத் தண்டனை கிடைக்கும் என்று அச்சம் கொண்ட மனிதன் தனது நிலையிலிருந்து மாறமாட்டான். அதுதான் இளவரசனைப் பாதுகாக்கும்.

ஆயினும்கூட, ஓர் இளவரசன் எப்படிப்பட்ட பயத்தை ஏற்படுத்த வேண்டுமென்றால், அவர் அன்பைப் பெறவில்லையென்றாலும், வெறுப்பு வளர்வதைத் தவிர்க்க வேண்டும். ஏனென்றால், இளவரசன் வெறுக்கப்படாத சூழ்நிலை இருக்கும்வரை மட்டுமே நிலைத்திருக்க முடியும். அதே போல், இளவரசன் தனது குடிமக்கள் மீதும், அவர்களின் சொத்துக்கள் மீதும், அவர்களின் பெண்கள் மீதும் கைவைக்காமல் விலகியிருக்கும் வரை, மக்கள் அச்சத்தோடு சகித்துக்கொண்டிருக்க முடியும். ஆனால், இளவரசன் ஒருவரின் உயிரை எடுக்கவேண்டிய அவசியம் ஏற்பட்டால், அதன் காரணத்தைத் தெளிவாகவும், வெளிப்படையாகவும் கொண்டு இருக்க வேண்டும். எல்லாவற்றிற்கும் மேலாக

இளவரசன் பிறருடைய சொத்திலிருந்து விலகியிருக்க வேண்டும். ஏனென்றால் மனிதர்கள் தனது தந்தையின் மரணத்தைக் கூட மறந்துவிடுவார்கள். ஆனால், அவர்களின் பூர்வீக சொத்துக்களை இழக்க விரும்பமாட்டார்கள். அதற்கான காரணங்களையும் ஒருபோதும் சகித்துக்கொள்ள மாட்டார்கள். ஏனென்றால், ஒருவன் கொள்ளையடித்து வாழத் தொடங்கியவன், எப்போதும் மற்றவர்களின் சொத்துக்களைக் கைப்பற்றுவதற்காகச் சாக்குப்போக்குகளைக் கண்டுபிடிப்பான்; ஆனால் உயிரை எடுக்கும் தண்டனைகள் போன்ற விஷயங்களில் காரணங்கள் கண்டுபிடிப்பது கடினம். அப்படியே காரணம் கண்டுபிடிக்கப்பட்டாலும் விரைவில் மறைந்துவிடும். ஆனால் ஓர் இளவரசன் தனது படைகளைக் கட்டுப்பாட்டின் கீழ் வைத்திருக்கும்போது, மென்மையாக நடந்து நற்பெயர் எடுக்க வேண்டுமென்ற எண்ணத்தைப் புறக்கணிப்பது மிகவும் அவசியம். ஏனென்றால் கடுமையாக நடந்துகொள்ளாமல் இளவரசனால் தனது இராணுவத்தை ஒருங்கிணைக்கவோ அல்லது கட்டமைக்கவோ முடியாது.

ஹன்னிபாலின்* (Hannibal) அற்புதமான செயல்களில் இது பட்டியலிடப்பட்டுள்ளது. பல இனத்தைச் சேர்ந்த மனிதர்களைக் கொண்ட ஒரு மகத்தான இராணுவத்தை வழிநடத்தி, வெளிநாடுகளில் போரிடப்படும் சமயத்தில், எந்தச் சூழ்நிலையிலும் தங்கள் இளவரசருக்கு எதிராகக் கருத்து வேறுபாடுகளோ அல்லது எழுச்சியோ கொண்டிருப்பதை அவர்கள் விரும்புவதில்லை. இது அவரின் கொடுமையான கட்டுப்பாட்டைத்தான் காட்டுகிறது. மேலும், அவரது எல்லையற்ற வீரத்தால், அவரது வீரர்களின் பார்வையில் மரியாதைக்குரிய தலைவராகவும் பார்த்தனர். ஆனால் அந்தக் கொடுமையான கட்டுப்பாடில்லாமல், மற்ற நற்பண்புகளைக் கொண்டு பெரிய இராணுவத்தை வழிநடத்தி இது போன்று சாதித்திருக்க முடியாது. குறுகிய பார்வை கொண்ட எழுத்தாளர்கள் அவரது இந்தச் செயல்களை ஒரு கோணத்தில் பாராட்டுகிறார்கள். மற்றொரு கோணத்தில் அதை முக்கியக் காரணமாகக் காட்டிக் கண்டிக்கிறார்கள். மற்ற நற்பண்புகள் தலைமைக்குப் போதுமானதாக

---
* ஹன்னிபால் - வரலாற்றின் மிகச் சிறந்த இராணுவத் தலைவர்களில் ஒருவராகப் பெரும்பாலானவர்களால் கருதப்படுகிறார்.

இருந்திருக்காது என்பதற்கு உதாரணமாக சிபியோவின் (Scipio) விஷயத்தில் தெரியும். அவருடைய காலத்தில் மட்டுமல்ல, இப்போதும் மிகச் சிறந்த மனிதராக நினைவில் நிற்கக்கூடியவர். இருப்பினும், அவரது இராணுவம் ஸ்பெயினில் அவருக்கு எதிராகக் கிளர்ச்சி செய்தது. இது அவருடைய சகிப்புத்தன்மையினால் எழுந்தது. இதற்காக அவர் செனட்டில் ஃபேபியஸ் மாக்சிமஸால் (Fabius Maximus) என்பவரால் குறைகூறப்பட்டார். மேலும் ரோமானிய சிப்பாய்களின் ஊழல்வாதி என்றும் அழைக்கப்பட்டார். லோக்ரியர்கள் (Locrians) சிபியோ மீது குற்றம் சுமத்தினாலும், அதற்காக அவரின் எளிமையான இயல்பிற்காக அவர்கள் அவரைத் தண்டிக்கவில்லை. செனட்டிலுள்ள ஒருவர், அவரை மன்னிக்கக் கேட்கச் சொல்லி, அந்தத் தவறுகளைச் சரிசெய்வது மீண்டும் தவறுகள் நடக்காமல் இருக்கப் பலர் ஆலோசனை வழங்கினர். அவரின் நற்குணங்களும், அன்புகாட்டும் கட்டளைகளும் தொடர்ந்திருந்தால், காலப்போக்கில் சிபியோவின் புகழ் அழிந்திருக்கும்; ஆனால், அவர் செனட்டின் கட்டுப்பாட்டில் இருந்ததால், அவரின் தலைமையற்ற குணங்கள் மறைத்தது, அவருக்குப் புகழ் சேர்ந்தது.

சரி. நான் மீண்டும் அச்சப்பட வேண்டுமா அல்லது அன்புகாட்ட வேண்டுமா என்ற கேள்விக்கு வருகிறேன். ஒரு சாராசரி மனிதன் தன் சொந்த விருப்பத்தின்படி அன்பு செலுத்தலாம். ஆனால், ஒரு இளவரசன் தன் விருப்பப்படி மற்றவர்களை அச்சப்பட வைக்க வேண்டும். ஒரு புத்திசாலி இளவரசன் தனது சொந்த நாட்டை எந்த அளவிற்குக் கட்டுப்பாட்டில் வைத்திருக்கிறானோ, அவ்வளவு காலத்திற்கு அவனால் நிலையான ஆட்சியைச் செய்ய முடியும். அதே சமயம், முன்பே குறிப்பிட்டதுபோல், மக்கள் தன் மீது வெறுப்பு ஏற்படாமல் இருக்க இளவரசனும் முயற்சிக்க வேண்டும்.

அத்தியாயம் XVIII

எந்த வழிகளில் இளவரசர்கள் நம்பிக்கையைத் தக்க வைத்துக்கொள்ள வேண்டும் என்பதைப் பற்றி

[தற்போதைய அத்தியாயம் மாக்கியவெல்லியின் மற்ற எந்தப் பகுதிகயை விடவும் பெரிய குற்றமாகக் கருதப்படுகிறது. – Il Principe, பக்கம். 297.]

ஓர் இளவரசன் மீது மக்கள் நம்பிக்கையுடன் இருப்பதும், அவன் கைவினைப்பொருளாக இல்லாமல் நேர்மையுடன் செயல்பட வேண்டும் என்பதையும் அனைவரும் விரும்புவார்கள். இருந்தாலும் கூட, உண்மையைப் பற்றிக் கவலைப்படாமல் கபடத்தால் மக்கள் மனத்தை ஏமாற்றி வெற்றி கொண்டவர்கள்தான் அதிகம் என்பதை நம் அனுபவத்தில் பார்த்திருக்கிறோம். இதில் தலைமைக்காகப் பாடுபடுதலில் இரண்டு வழிகள் உள்ளன. ஒன்று சட்டத்தால், மற்றொன்று வன்முறையால்; முதல் வழி சரியாக நடக்கும் மனிதர்களுக்கு ஏற்றது. இரண்டாவது வழி தவறுகள் செய்து மற்றவர்களை அழிக்க நினைக்கும் மிருகங்களுக்கு ஏற்றது; ஆனால், முதல் வழி மட்டுமே போதுமானதாக இல்லையென்றால், இரண்டாவது வழியைக் கைப்பிடிப்பது அவசியம். அதனால், **ஓர் இளவரசன் எப்போது மிருகமாகவும், எப்போது மனிதனாகவும் நடந்து கொள்ள வேண்டும் என்பதைப் புரிந்துகொள்வது அவசியம்**. இது பற்றிப் பல பழங்கால

வரலாற்று ஆசிரியர்கள் மறைமுகமாக இளவரசர்களுக்குக் கற்பித்திருக்கிறார்கள். அகில்லஸ் (Achilles) மற்றும் பல இளவரசர்கள் சென்டார் சிரோன் (Centaur Chiron)* [1] போன்று எப்படிச் செயல்பட வேண்டுமென்று அவர்களுக்கு விவரிக்கப்படுகிறது. அதாவது பாதி மிருகமாகவும் பாதி மனிதனாகவும் கொண்ட ஆசிரியரிடம் கற்றுக்கொண்டது போல, ஓர் இளவரசனுக்கு இந்த இரண்டு இயல்புகளையும் எப்படிப் பயன்படுத்துவது என்பதைத் தெரிந்துகொள்வது அவசியம். மேலும் இரண்டையும் ஒரே சமயத்தில் பயன்படுத்த இயலாது. எனவே, ஒரு இளவரசன் எந்த மிருகம்போல் நடந்துகொள்ள வேண்டுமென்று யோசித்தால், அவன் நரியையும் சிங்கத்தையும் தேர்ந்தெடுக்க வேண்டும்; ஏனெனில் சிங்கத்தால் வலைகளிலிருந்து தப்பிக்க முடியாது. நரி ஓநாய்களுக்கு எதிராக நின்று தன்னைத் தற்காத்துக்கொள்ள முடியாது. எனவே, தனக்கு எதிராகப் பின்னப்படும் வலைகளைக் கண்டறிவதில் நரியாகவும், ஓநாய்களைப் பயமுறுத்துவதற்குச் சிங்கமாகவும் இருப்பது அவசியம். சிங்கத்தின் பலத்தை நம்பியிருப்பவர்களுக்கும் அதற்கு எதிராகப் பின்னப்படும் வலை என்னவென்று புரியாது. எனவே, புத்திசாலியான இளவரசன் நாட்டில் கடைப்பிடிக்கும் சட்டம் தனக்கு எதிராகத் திரும்பும்போது, அந்தச் சட்டம் எந்தக் காரணத்திற்காக இயற்றி உறுதியளிக்கப்பட்டதோ, அதைப் பின்பற்ற வேண்டியதில்லை. இளவரசனுடன் இருக்கும் மனிதர்கள் முழுவதுமாக நல்லவர்களாக இருந்தால், இந்த விதியைக் கடைப்பிடிக்க முடியாது. ஆனால் அவர்கள் கெட்டவர்களாக இருந்தால், இளவரசன் மீது நம்பிக்கையை வைக்க மாட்டார்கள். அதனால், அந்தச் சட்டத்தை இளவரசன் கடைப்பிடிக்க வேண்டியதில்லை. அப்படி இளவரசன் சட்டத்தைக் கடைப்பிடிக்காததற்கு மன்னிப்பு கேட்கவோ, விளக்கமளிக்கவோ தேவையில்லை. அதற்கு இளவரசன் நியாயமான காரணங்கள் எதைக் கூறினாலும் அதை விரும்பமாட்டார்கள். இளவரசர்களின் நம்பிக்கை

---

* Centaur Chiron - சிரோனின் வடிவம் என்பது மனித ஆன்மாவிற்குள் உள்ள 'மிருகத்தன்மை' மற்றும் மனிதத்தன்மை என இரண்டையும் சமநிலைப்படுத்தும் திறனைக் குறிக்கிறது.

இன்மையால் எத்தனையோ ஒப்பந்தங்கள், உடன்படிக்கைகள் முறிக்கப்பட்டு மீறப்பட்டிருப்பதைத் தற்காலத்திலும் நடந்துள்ளதை உதாரணங்களாகக் கூறலாம். எனவே, எந்த ஓர் இளவரசன் நரியைப் போன்று தனது வேலையில் செயல்படுகிறானோ, அவனே சிறந்த வெற்றிகளைப் பெற்றிருக்கிறார் என்பது வரலாறு.

ஆனால் இந்த நரி குணத்தை மறைத்து, தன் எண்ணங்களை வெளியே காட்டிக்கொள்ளாமல் நல்லவன் போல் காட்டிக் கொள்வது எப்படி என்பதைத் தெரிந்துகொள்ளுவது அவசியம். மேலும் பாசாங்கு செய்பவராகவும், பிரித்தாள்பவராகவும் இருக்க வேண்டும். மனிதர்கள் மிகவும் எளிமையானவர்கள். அவர்களுக்கான தேவைகளை எப்போதும் தேடிக்கொண்டிருப்பவர்கள். அவர்களின் தேவைக்காக ஏமாற்ற வேண்டுமென்று தொடங்கிவிட்டால், அவர்களிடம் ஏமாறுவதற்கு மனிதர்கள் கிடைத்துக்கொண்டே இருப்பார்கள். இதற்கு, ஒரு சமீபத்திய உதாரணத்தைச் சொல்லாமல் அமைதியாகக் கடந்து செல்ல முடியவில்லை. ஆறாவது அலெக்சாண்டர் மக்களை ஏமாற்றுவதைத் தவிர வேறு எதையும் செய்யவில்லை. அதைத் தவிர அவர் வேறு எதையும் செய்ய நினைக்கவில்லை. எப்போதுமே தான் ஏற்றுவதற்கு பலவீனமானவர்களை அவர் தேடிக்கொண்டிருந்தார். ஏனென்றால், ஒரு வாக்குறுதியை உறுதியாக நிறைவேற்றக்கூடிய மனிதர் யாருமில்லை. அல்லது உறுதியான வாக்குறுதிகளை வழங்கக்கூடிய மனிதன் எவருமில்லை. இருப்பினும், அவரது வஞ்சக வேலைகள் எப்போதும்போல அவரது விருப்பத்தின்படியே வெற்றி பெற்றது*. ஏனென்றால் அவர் மனிதர்களின் பலவீனத்தை நன்றாகப் புரிந்துகொண்டிருந்தார்.

எனவே, நான் கூறிய அனைத்து நல்ல குணங்களும் ஓர் இளவரசரிடம் இருக்க வேண்டும் என்ற அவசியமில்லை. ஆனால் அவை இருப்பது போலத் தோன்றுவது மிகவும் அவசியம். அதாவது ஓர் இளவரசன் எப்போதுமே நல்ல குணங்களைக் கொண்டிருக்க வேண்டும், நன்மைகளை

---

* "அலெக்சாண்டர் சொன்னதைச் செய்ததே இல்லை. சீசர் தான் செய்ததைச் சொன்னதில்லை." என்று இத்தாலிய பழமொழி இருக்கிறது.

மட்டுமே செய்ய வேண்டும், தீங்கு செய்யக்கூடாது என்பது போன்ற விஷயங்கள் அவனுக்குப் பலனளிக்காது. ஆனால், அப்படியான குணங்கள் இருப்பது போன்ற தோற்றத்தை உருவாக்குவது அவருக்கு பயனளிக்கும் என்பதைத் தைரியமாகச் சொல்லுவேன். ஓர் இளவரசன் கருணை கொண்டவராகவும், உண்மையானவராகவும், மனிதாபிமானமிக்கவராகவும், நேர்மையானவராகவும் இருக்கலாம். ஆனால், தேவை ஏற்பட்டால் அப்படியிருக்கக் கூடாது, எதிர்மறையாக நடந்துகொள்ள வேண்டும் என்பதை நீங்கள் அறிந்திருக்க வேண்டும்.

இதில் நீங்கள் ஒன்றைப் புரிந்துகொள்ள வேண்டும். ஓர் இளவரசன், அதுவும் குறிப்பாக புதிய இளவரசன் மனிதர்கள் மதிக்கும் அனைத்து நல்ல பண்புகளைம் கொண்டு செயல்பட முடியாது. ஆனால், அவர் அப்படி நடந்துகொள்ள வேண்டுமென்று அடிக்கடி நிர்பந்திக்கப்படுவதால், தனது அரசை நிர்வகிக்க, தனது விசுவாசத்திற்கு எதிராகவும், நட்பு, மனிதநேயம், மத நம்பிக்கை போன்ற விஷயங்களுக்கு விரோதமாகவும் செயல்பட வேண்டியது வரும். ஆகவே, அவர் அதிர்ஷ்டத்தின் காற்றுக்கு ஏற்றவாரு தன்னை மாற்றிக்கொண்டு சமயோசிதமாய்ச் செயல்படுவது அவசியம். இருப்பினும், நான் மேலே கூறியது போல், இளவரசன் நன்மை யிலிருந்து விலகாமல் நேர் வழியில் செல்ல முடியுமென்றால் செல்லலாம். தவிர்க்க முடியாவிட்டால், அதனைச் சமாளிக்கத் தனக்கான பாதையை அமைத்துக்கொண்டு அந்தப் பிரச்சினையிலிருந்து மீண்டு வரத் தெரிந்திருக்க வேண்டும்.

இந்தக் காரணத்திற்காக, ஓர் இளவரசனுக்கு நான் குறிப்பிடவிருக்கும் ஐந்து குணங்கள் இல்லையென்பதைத் தவறிக்கூட உதடு வழியாக வெளிப்படுத்தாமல் இருக்க வேண்டும். அதாவது அவர் தன்னைச் சந்திக்க வருபவருக்கும், அவரைப் பற்றிக் கேட்பவருக்கும் முற்றிலும் இரக்கமுள்ளவராகவும், உண்மையானவராகவும் ,மனிதாபிமானமிக்கவராகவும், நேர்மையானவராகவும், மத நம்பிக்கை கொண்டவராகவும் தோற்றமளிக்க வேண்டும். இந்தக் குணங்களைத் தவிர வேறெதுவும் இளவரசனுக்கு

இருக்க வேண்டிய அவசியமில்லை. ஏனென்றால் மனிதர்கள் பொதுவாகக் கைகளால் தீர்மானிப்பதை விடக் கண்களால் காண்பதை வைத்து நம்புகிறார்கள். ஏனென்றால், இளவரசனைத் தூரத்திலிருந்து பார்க்கும் வாய்ப்பு அனைவருக்கும் கிடைக்கும். ஆனால், அவருடன் தொடர்புகளை ஏற்படுத்திக்கொண்டு பேசும் வாய்ப்பு ஒரு சிலருக்கு மட்டுமே கிடைக்கும். அதனால், இளவரசன் எப்படிப்பட்டவர் என்பதை அவர் தோன்றுவதை வைத்தே தீர்மானிக்கப்படுகிறது. உண்மையில் அவர் எப்படிப்பட்டவர் என்பது அவருடன் இருக்கும் சிலருக்கு மட்டுமே தெரியும். மேலும் அந்தச் சிலரும் தங்களைக் காத்துக்கொள்ள அரசைப் பற்றிப் பலர் நம்பும் கருத்துக்கு எதிராகத் தாங்களே சென்று சொல்ல துணியமாட்டார்கள்; மேலும் அது விவேகமானதும் அல்ல.

அந்தக் காரணத்திற்காக, ஓர் இளவரசன் தனது அரசை வென்று வைத்திருக்கும் பெருமையைப் பெறட்டும், வழிமுறைகள் எப்போதும் நேர்மையாகக் கருதப்படும், மேலும் அவர் அனைவராலும் பாராட்டப்படுவார்; ஏனெனில் கொச்சையானவை எப்பொழுதும் ஒரு விஷயம் என்னவாகத் தோன்றுகிறதோ அதை வைத்து எடுக்கப்படுகின்றது; மேலும் உலகில் மோசமானவர்கள் மட்டுமே உள்ளனர், ஏனென்றால் பலர் ஓய்வெடுக்க எந்தத் தளமும் இல்லாதபோது மட்டுமே சிலருக்கு அங்கே இடம் கிடைக்கும்.

தற்போதைய **இளவரசராக இருப்பவர்***, அமைதி மற்றும் நல்ல நம்பிக்கையைத் தவிர வேறெதையும் போதிப்பதில்லை. ஆனால், உண்மையில் அவர் இந்த இரண்டிற்கும் எதிரானவர். அவர் தன் மனது போல் நடந்திருந்தால், புகழை மட்டும் இழப்பதோடு நாட்டையும் இழந்திருப்பார்.

---

* Ferdinand of Aragon - மாக்கியவெல்லி இளவரசன் நூல் எழுதும்போது, இவரின் பெயரை அவரால் வெளிப்படையாகக் குறிப்பிட முடியவில்லை.

அத்தியாயம் XIX.

இளவரசன் இகழப்படுவதையும், வெறுக்கப்படுவதையும் தவிர்ப்பது பற்றியது

இப்போது, மேலே குறிப்பிடப்பட்டுள்ள முக்கியமான குணாதிசயங்களைப் பற்றி நான் விவாதிக்க விரும்புகிறேன். இளவரசன் இவ்வாறு இகழப்படுவதையும், வெறுக்கப்படுவதையும் தவிர்ப்பதைக் கருத்தில்கொள்ள வேண்டும். இந்த விஷயங்களைக் குறித்தெல்லாம் அறிந்து பொறுப்பாகச் செயல்பட்டு வெற்றிகளை அடைய வேண்டும். மேலும், மற்ற இழச்சியான பேச்சுகளைப் பற்றியும், அவற்றால் ஏற்படும் ஆபத்துகளைப் பற்றியும் பயப்படத் தேவையில்லை.

நான் முன்பே கூறியது போல், இளவரசன் குடிமக்களின் சொத்துக்களை அபகரிப்பதிலிருந்து, குடிமக்களான பெண்களிடம் தவறாக நடந்துகொள்வதிலிருந்து விலகியிருக்க வேண்டும். இது அவரை எல்லாவற்றிற்கும் மேலாக மக்கள் இளவரசனை வெறுக்கத் தொடங்கிவிடுவார்கள். அவர்களின் சொத்து, பெண்களின் மரியாதை தீண்டப்படாதபோது, பெரும்பாலான மனிதர்கள் திருப்தியுடன் வாழ்கிறார்கள். மேலும், இளவரசன் ஒரு சிலரின் லட்சியத்துக்காக மட்டுமே போராட வேண்டியதிருக்கிறது. அவர் பல வழிகளில் எளிதாகி அவற்றைக் கட்டுப்படுத்த முடியும்.

ஓர் இளவரசன் நிலையற்றவனாக, அற்பமாக, இழிவான, உறுதியற்றவனாகக் கருதப்பட்டால் அவர் இழிவான சொல்லுக்கு ஆளாகிறார். இது போன்ற இகழ்ச்சியிலிருந்து

தன்னைக் காத்துக்கொள்ள வேண்டியது அவசியம். மேலும், அவர் தனது செயல்களில் மகத்துவம், தைரியம், ஈர்ப்பு, வலிமையைக் காட்ட முயற்சிக்க வேண்டும்; அவரது குடிமக்களுக்கு அவரது தனிப்பட்ட நடவடிக்கைகள் மீது மரியாதை, அவரது தீர்ப்புகள் மாற்ற முடியாதவையாகக் காட்டப்படுதல் போன்ற விஷயங்களால் அவர் மீது நன்மதிப்பு அதிகமாகும். இதனால், அவருக்கு எதிராகச் சூழ்ச்சியோ, எதிரான புரட்சியோ செய்யாமல் அவரது நற்பெயர் காப்பாற்றப்படும்.

இந்த நற்பெயரை எடுத்த இளவரசனுக்கு எதிராக யாரும் எளிதில் சதி செய்ய முடியாது. ஏனென்றால், அவர் ஒரு சிறந்த மனிதர் மற்றும் அவரது மக்களால் மதிக்கப்படுபவர் என்பது நன்றாகத் தெரிந்திருந்தால், அவருக்கு எதிராகத் தாக்குதல்கள் நடத்துவதில் சிரமப்பட வேண்டியதிருக்கும். இந்தக் காரணத்திற்காக, ஓர் இளவரசருக்கு இரண்டு விஷயங்களில் பயம் இருக்க வேண்டும். ஒன்று அவரது நாட்டிற்குள்ளிருந்து தனது குடிமக்கள் இளவரசன் மீது நன்மதிப்பையும், மரியாதையையும் தக்க வைத்துக்கொள்ள வேண்டும். மற்றொன்று நாட்டின் வெளியில் இருந்து. நாட்டின் வெளியிலிருக்கும் அண்டை நாட்டின் சக்திகள் இளவரசனின் இராணுவம், ஆயுதபலத்தை அறிந்து அவருடன் நட்புறவு வைத்துக்கொள்ள வேண்டுமென்று நினைக்க வேண்டும். அப்போதுதான் நாம் பாதுகாப்பாக இருக்க முடியுமென்று தோன்ற வேண்டும். இளவரசனின் இராணுவ பலத்தைப் பார்த்துத்தான் நண்பர்களாக இருப்பார்கள். இல்லையென்றால், இளவரசனுக்குப் பல வகையில் தொந்தரவு வெளியிலிருந்து வந்துகொண்டிருக்கும். தனது நாட்டின் அமைதியைக் காக்க அவர்களின் தொந்தரவைச் சமாளிக்க நடவடிக்கை எடுத்துக்கொண்டிருந்தால் உள்நாட்டில் இளவரசன் மீது நம்பிக்கை இழக்க நேரிடும். ஸ்பார்டன் நபிஸ் சொன்னது போல், உள்நாட்டில் குடிமக்கள் இளவரசன் மீதான நம்பிக்கையை இழக்காதவரை, வெளியிலிருந்து வரும் எந்த எதிர்ப்பையும் எதிர்த்து நிற்க முடியும்.

அதே சமயம், ஓர் இளவரசனுக்கு வெளிநாட்டு உறவுகளில் ஏதாவது சிக்கல் ஏற்பட்டிருக்குமானால், குடிமக்களில் சிலர்

ஏதாவது சதி செய்யலாம் என்று அச்சப்பட வேண்டும். இதற்குக் காரனம், அந்த இளவரசனை அந்தக் குடிமக்கள் இழிவாக நினைப்பதோடு வெறுப்புணர்ச்சியுடன் இருப்பதால் சதி செய்யக் காரணமாக இருக்கலாம். மக்களைத் திருப்திப்படுத்துவதன் மூலம் இளவரசன் தன்னை எளிதாகப் தற்காத்துக் கொள்ள முடியும். அதனால், ஒரு இளவரசன் தனக்கு எதிராகச் சதிகள் நடக்காமல் பார்த்துக்கொள்ள வேண்டுமென்றால் அதற்கு முக்கியமான தீர்வுகளில் ஒன்று, அவர் மக்களால் வெறுக்கப்படக்கூடாது. ஏனெனில் ஓர் இளவரசனுக்கு எதிராகச் சதி செய்பவர்கள் வெற்றி பெற்று, அவர் பதவியிலிருந்து நீக்கப்படும்போது அவர்கள் மகிழ்வார்கள். ஆனால், சதி செய்பவர் இளவரசனைப் புண்படுத்துவதை மட்டுமே நோக்கமாகக் கொண்டால் அதை அவனால் வெளிப்படையாகச் செய்ய தைரியம் இருக்காது. ஏனெனில் ஒரு சதிக்காரர் இளவரசனுக்கு எதிராகச் சதித் திட்டங்கள் போடும்போது அவன் எதிர்கொள்ளும் சிரமங்கள் பல இருக்கின்றன. காடு போல அனுபவம் இருந்தாலும், பல சதித்திட்டங்கள் தீட்டினாலும், அதில் ஒரு சில மட்டுமே வெற்றி பெறும். ஏனென்றால், சதி செய்பவர் தனியாகச் செயல்பட முடியாது. அவரைப் போன்ற தவறான எண்ணம் கொண்டவர்களைத்தான் நம்பி துணையாகத் தேர்ந்தெடுக்க முடியும். அப்படிச் சதி செய்வதற்குத் துணையைத் தேர்வு செய்துவிட்டால், அவரைத் திருப்திப்படுத்துவதற்கான செயலைச் செய்துவிட வேண்டும். ஏனென்றால் இளவசரனை வெளிப்படையாகத் தாக்குவதைவிட, அவனின் வீழ்ச்சி மூலம் கிடைக்கப் போகும் நன்மையைத்தான் அதிகம் எதிர்ப்பார்ப்பான். அதனால், இது போன்ற வேளையில் கிடைக்கும் ஆதாயத்தை உறுதி செய்து நட்பைப் பலப்படுத்திக்கொள்வான். மற்றொரு நட்போ அல்லது கூட்டணியோ வந்தால், அது ஆபத்துகள் நிறைந்ததாக இருக்கும் என்பதால் தனது சதித் திட்டத்திற்கு அதிக நண்பர்களை வைத்துக்கொள்ள மாட்டான். இளவரசனுக்கு முற்றிலும் எதிரியாக இருப்பவனுடன்தான் சதித் திட்டங்கள் இருக்க வேண்டும்.

மேலும் இந்த விஷயத்தைத் தெளிவாக நான் சொல்லுவதென்றால், சதி செய்பவர்களின் பக்கத்தில்

பயம், பொறாமை, தண்டனைகள் கிடைப்பதற்கான வாய்ப்புகள் போன்றவை இருக்கும். ஆனால் இளவரசனின் பக்கத்தில் நாட்டின் ஆட்சி இருக்கிறது, சட்டங்கள், நண்பர்களின் பாதுகாப்பு இருக்கிறது, அவரைப் பாதுகாக்க இராணுவம் இருக்கிறது. எல்லாவற்றுக்கும் மேலாக மக்களின் நல்லெண்ணமும் சேர்ந்துகொண்டால், இளவரசனுக்கு எதிராகச் சதி செய்ய யாராலும் சாத்தியமில்லை. பொதுவாக சதி செய்பவர் தனது சதியை நிறைவேற்றுவதற்கு முன் அச்சப்பட வேண்டியிருக்கும். அதேவேளையில், தனது சதிவேளையில் வரும் பின்விளைவுகளைக் குறித்தும் அச்சப்பட வேண்டும்; ஏனென்றால், தனது சதியால் அவன் மக்களை எதிரியாக்கிக் கொள்கிறான். அவனால் மக்களிடமிருந்து தப்பிக்க முடியாது.

இந்த விஷயத்தில் பல எடுத்துக்காட்டுகளைக் கொடுக்க முடியும். ஆனால், நம் தந்தையர் காலத்து எடுத்துக்காட்டைக் கூறினால் எனக்குத் திருப்தியாக இருக்கும். – போலோக்னாவின் (Bologna) இளவரசராக இருந்த மெஸ்ஸர் **அன்னிபேல் பெண்டிவோக்லி*** [Messer Annibale Bentivogli] *(தற்போதைய அன்னிபேலின் தாத்தா),* அவருக்கு எதிராகக் கன்னெஸ்கி செய்த சதியால் கொலை செய்யப்பட்டார். சிறுவயது மெஸ்ஸர் ஜியோவானியைத் (Messer Giovanni) தவிர்த்து அவரது குடும்பத்தில் யாரும் உயிர்பிழைக்கவில்லை. அவரது படுகொலையால் மக்கள் கோபத்தில் எழுந்து கன்னெஸ்கி அனைவரையும் கொன்றனர். இது அந்தக் காலத்தில் போலோக்னாவில் பெண்டிவோக்லியின் குடும்பத்தின் மீது மக்கள் வைத்திருந்த நல்லெண்ணத்தால் நடந்தது. இதில் மிகவும் சிறப்பான விஷயம் என்னவென்றால், அன்னிபேலின் மரணத்திற்குப் பிறகு, அந்த நாட்டை ஆளக்கூடிய பெண்டிவோக்லியின் குடும்பத்தில் யாருமில்லை என்றாலும், ஃபிளோரன்சில் பெண்டிவோக்லி குடும்பத்தில் ஒருவர் இருப்பதாகத் தகவல் கிடைத்தது. அவர் இரும்புப் பட்டறை வைத்திருக்கும்

* ஜியோவானி பெண்டிவோக்லி (Giovanni Bentivogli) - போலோக்னா 1438-இல் பிறந்து, 1508-இல் மிலனில் இறந்தார். அவர் 1462 முதல் 1506 வரை போலோக்னாவை ஆட்சி செய்தார். பிப்ரவரி 1513 சமயத்தில், மாக்கியவெல்லியைத் தனக்கு எதிராகச் சதித்திட்டங்கள் செய்கிறார் என்று கைது செய்து சித்திரவதை செய்தார். மாக்கியவெல்லி தனது சொந்த அனுபவத்தில் இதை எழுதியிருக்கிறார்.

கொல்லனின் மகன் என நினைத்துக்கொண்டிருந்த சமயத்தில் பென்டிவோக்லி குடும்பத்தைச் சேர்ந்தவர் என்று தெரிந்தது. அவரை அழைத்து வந்து நாட்டின் ஆட்சியைக் கொடுத்தனர். மேலும் அவர் மெஸ்ஸர் ஜியோவானி வளர்ந்து நாட்டை உரிய நேரத்தில் அவரிடம் ஒப்படைக்கும் வரை ஆட்சி செய்தார்.

இந்தக் காரணத்திற்காக, தனது மக்களின் மதிப்பைப் பெற்ற ஓர் இளவரசன், தனக்கு எதிரான சூழ்ச்சியானது சிறிதளவில் இருக்கும்போதே அதைக் கண்டறிந்து சரி செய்ய வேண்டும் என்று நான் கூறுகிறேன்; ஆனால் தனக்கு விரோதமான சூழ்நிலை இருக்கும்போது, அவர் அனைவர் மீதும் சந்தேகப்பட வேண்டியதிருக்கும். புத்திசாலியான இளவரசன் தனது மக்களைத் திருப்தியோடு வைத்துக்கொள்வதோடு இல்லாமல், தனது நாட்டின் பிரபுக்கள் எந்த விதத்திலும் விரக்திக்கு ஆளாகாமல் இருக்கக் கவனமான நடவடிக்கையை மேற்கொள்ள வேண்டும். இது ஓர் இளவரசருக்கு இருக்க வேண்டிய மிக முக்கியமான பண்பாகும்.

நமது காலத்தில், பிரான்ஸில் மிகச் சிறப்பாக ஆட்சி செய்த பேரரசுகளில் மக்கள் சுதந்திரமாகவும், பாதுகாப்பாகவும் இருப்பதால் மன்னர்கள் பலர் நிம்மதியாக ஆட்சி செய்வதைப் பார்க்கிறோம். இதற்கு முக்கியக் காரணம் பாராளுமன்றமும் அதன் அதிகாரமும்தான். ஏனென்றால் இது மாதிரியான அதிகாரத்தில் பிரபுக்களின் நோக்கம், அவர்களின் அச்சமற்ற தன்மை முதலானவை இளவரசனால் அறிந்துகொள்ள முடிகிறது. மேலும், பிரபுக்கள் தன் மீது வெறுப்புணர்வோடு இருக்கிறாரா என்பதைத் தெரிந்துகொள்ளவும், தன்னைப் பாதுகாக்கவும் இளவரசனுக்கு உதவுகிறது. இதன்மூலம் பிரபுக்களின் இழச்சிக்கு இளவரசன் ஆளாகவில்லை. அதே சமயம், பிரபுக்களை ஆதரிப்பதன் மூலம் மக்களை விரோதத்திற்கும் ஆளாக்க விரும்பவில்லை. பிரபுக்களுக்கும், மக்களுக்கும் இடையே பாலமாகப் பேசக்கூடிய தூதுவர்களை இளவரசர் நியமித்திருந்தார். அந்தத் தூதுவர்கள் இளவரசனின் பழிச்சொல்லுக்கு ஆளாகாமல் பார்த்துக்கொள்ளவும், வலிமைமிக்கவர்களைக் கட்டுக்குள்

வைக்கவும், பலவீனமானவர்களை உற்சாகப்படுத்தக் கூடியவராகவும் இருந்தார். தனது ஆட்சியைப் பாதுகாக்க அரசன் இதைவிடச் சிறந்த வழியைச் செய்ய முடியாது. இதிலிருந்து நாம் இன்னொரு முக்கியமான முடிவுக்கு வரலாம். இளவரசர்கள் மற்றவர்களை நிர்வகிப்பதற்கு அளிப்பதன்மூலம் அவதூறான விவகாரங்களில் இகழ்ச்சிக்கு ஆளாகாமல் தப்பிக்கிறான். மேலும், ஒரு இளவரசன் பிரபுக்களை ஆதரிக்க வேண்டும். இதன்மூலம் மக்கள் தன்னை வெறுக்காமல் பார்த்துக்கொள்ள வேண்டும் என்பதுதான் என் கருத்து.

ரோமானியப் பேரரசர்களின் வாழ்க்கையையும் மரணத்தையும் ஆராய்ந்தவர்களுக்கு, என் கருத்துக்கு எதிராக வேறு சில உதாரணங்களை மேற்கோள் காட்டத் தோன்றலாம். அவர்களில் சிலர் உன்னதமாக வாழ்ந்து, சிறந்த பண்புகளைக் கொண்டவர்களாக இருக்கலாம். இருப்பினும் அவர்கள் தங்களின் பேரரசை இழந்திருக்கிறார்கள். அவர்களில் பேரரசுப் பிரதிநிதிகளால் அல்லது குடிமக்களால் சதி செய்யப்பட்டுக் கொல்லப்பட்டிருக்கிறார்கள். எனவே, என் கருத்துக்கு மாற்றுக் கருத்து கூறுபவர்களுக்குப் பதிலளிக்கும் விதமாகச் சில பேரரசர்களின் பாத்திரங்களை நான் நினைவு கூர்கிறேன். மேலும் அவர்களின் அழிவுக்கான காரணங்களைக் குறிப்பிடுவதில் மாற்றுக் கருத்து இருக்காது என்பதை நான் இங்கு சுட்டிக் காட்டுவேன்; அதே சமயம் அந்தக் கால விவகாரங்களை ஆய்வு செய்பவருக்கு மிகவும் உதவியாக இருக்கும் விஷயங்களை நான் கூறப்போகிறேன்.

பேரரசுக்கு வெற்றி பெற்ற அனைத்துப் பேரரசர்களையும் தத்துவஞானி மார்கஸிலிருந்து மாக்சிமினஸ் வரை உதாரணமாகச் செல்லுவது போதுமானதாக எனக்குத் தோன்றுகிறது; அவர்களில் மார்கஸ் மற்றும் அவரது மகன் கம்மோடஸ், பெர்டினாக்ஸ், ஜூலியன், செவரஸ் மற்றும் அவரது மகன் அன்டோனினஸ் கேரகல்லா, மேக்ரினஸ், ஹெலியோகபாலஸ், அலெக்சாண்டர் மற்றும் மாக்சிமினஸ் போன்றவர்களின் பெயர்களைக் குறிப்பிட விரும்புகிறேன்.

முதலில் குறிப்பிட வேண்டியது என்னவென்றால், இளவரசர்கள் பிற நாடுகளில் இருந்த பிரபுக்களின் பேராசை,

குடிமக்களின் எழுச்சி ஆகியவற்றுடன் இன்னொன்றையும் கவனிக்க வேண்டும். ரோமானியப் பேரரசர்கள் மூன்றாவது சிரமமாக அவர்களின் படை வீரர்களின் வன்முறையையும் பேராசையையும் எதிர்கொள்ள வேண்டியதாக இருந்தது. அது பலருக்கு அழிவை ஏற்படுத்தும் சிரமங்கள் நிறைந்த விஷயமாக மாறியது; ஏனெனில் படையினரையும், மக்களையும் ஒன்றுசேரத் திருப்தி அளிப்பது சிரமமான காரியமாக இருந்தது; மக்கள் அமைதியை நேசிப்பவர்கள். அந்தக் காரணத்திற்காகப் பேராசையற்ற இளவரசரை நேசிப்பார்கள். அதே நேரத்தில் படை வீரர்கள் போரை விரும்புகிறவர்கள். அதனால், அவர்கள் போர்க்குணமுள்ள இளவரசனை நேசிப்பார்கள். அந்தக் குணத்தை மக்கள் மீதும் செலுத்த வேண்டுமென்று விரும்புவார்கள். அப்போதுதான் அவர்களுக்கு இரட்டிப்பு ஊதியம், அவர்களின் சொந்தப் பேராசை, மக்கள் மீது கொடுமை போன்றவற்றை வெளிப்படுத்த முடியும். எனவே, பிறப்பால் அல்லது பெரிய பயிற்சியில்லாமல் அதிகாரம் பெற்ற பேரரசர்கள் எளிதில் தூக்கியெறியப்பட்டிருக்கிறார்கள். மேலும், அவர்களில் பெரும்பாலானோர் புதிய இளவரசர்களாக வந்தவர்கள். படையினரையும், மக்களையும் சமநிலையில் வைத்து இருவருக்கு அளிக்க முனைந்ததால் சிரமத்துக்கு உள்ளாகினர். **ஏனென்றால், இளவரசரை யாராவது ஒருவர் வெறுக்கத்தான் செய்வார்கள். ஆனால், பலரும் வெறுக்கும்படியாகச் சூழ்நிலையை உருவாக்கி நடந்து கொள்வதைத் தவிர்க்க வேண்டும். மேலும் அப்படித் தவிர்க்க முடியாத நிலை உருவாகும்போது, இளவரசர் மிகுந்த சக்தி வாய்ந்தவர்களின் வெறுப்பைப் பெறாமல் தவிர்க்க வேண்டும்.** எனவே, அனுபவமின்மையான பேரரசர்கள் மக்களை விடத் தங்களது படை வீரர்களுக்கு அதிகச் சலுகையைக் கொடுத்து வந்தார்கள். அது அவர்களுக்குச் சாதகமாக இருந்ததோ இல்லையோ, ஆனால் செய்தார்கள். இளவரசன் இந்தச் சலுகைகளின் மூலம் தனது படை வீரர்கள் மீது அதிகாரத்தைச் செலுத்தி, அவர்களைத் தக்கவைத்துக் கொண்டனர்.

இந்தக் காரணங்களால்தான் மார்கஸ், பெர்டினாக்ஸ், அலெக்சாண்டர் ஆகியோர் தன்னடக்கமான வாழ்க்கையை வாழ்ந்தார்கள். நீதியை விரும்பினார்கள், கொடுமைக்கு

எதிராக நின்றார்கள், மனிதாபிமானமும், கருணையும் கொண்ட ஆட்சியை நடத்தினார்கள். இருந்தாலும், மார்கஸைத் தவிர பிறரது முடிவுகள் சோகமானதாக இருந்தது. மார்கஸ் மட்டும் மதிப்புடன் வாழ்ந்ததற்குக் காரணம், அவர் பாரம்பரிய வாரிசுரிமை வழியாக அரியணை ஏறியவர். படை வீரர்களுக்கோ மக்களுக்கோ எதுவும் கடன்பட்டவர் அல்ல. அதனால், அவர் மரியாதையுடன் வாழ்ந்து இறந்தார். அவர் இரு தரப்பினரும் மதிக்கும்படியான நற்பண்புகளைக் கொண்டவராக இருந்தார். அதனால், அவர் வாழ்ந்த காலத்தில் அவரை யாரும் வெறுக்கவும் இல்லை. யாரும் அவருக்கு துரோகம் இழைக்கவுமில்லை.

ஆனால் பெர்டினாக்ஸ் தனது படைவீரர்களின் விருப்பத்திற்கு எதிராகப் பேரரசனாக அரியணை ஏறினான். அவர்கள் கம்மோடஸின் கீழ் வாழப் பழகி இருந்தார்கள். அதனால், பெர்டினாக்ஸ் அவர்களை விரும்பியபடி நேர்மையான வாழ்க்கையை அமைத்துக் கொள்ள அனுமதித்தார். இதுவே பெர்டினாக்ஸ் மீது வெறுப்பு வருவதற்கான காரணமாக அமைந்ததோடு, இழிவுபடுத்தும் எண்ணமும் சேர்ந்துகொண்டதால் பதவி ஏறிய துவக்கத்திலேயே தூக்கியெறியப்பட்டார். மேலும் இங்கு நாம் கவனிக்க வேண்டியது என்னவென்றால், நல்ல செயல்கள் கூட வெறுப்பைச் சம்பாதித்துக் கொடுக்கும் என்பதுதான். எனவே, நான் முன்பு கூறியது போல், தனது அரசைத் தக்கவைத்துக் கொள்ள விரும்பும் ஓர் இளவரசன் அடிக்கடி தீமை செய்ய நிர்ப்பந்திக்கப்படுகிறான். ஏனென்றால், இளவரசனின் ஆட்சியானது தொடர வேண்டுமென்று நினைக்கும் அமைப்பினர், அது மக்களாகவோ அல்லது படை வீரர்களாகவோ அல்லது பிரபுக்களாகவோ இருக்கலாம். அவர்களைத் திருப்திப்படுத்த இளவரசன் அடிபணிந்து செயல்பட வேண்டியதிருக்கும். பின்னர் நல்ல செயல்கள் செய்யும்போது, அது இளவரசனுக்குத் தீங்கை விளைவிக்கிறது.

அலெக்சாண்டரைப் பற்றிப் பார்த்தோம் என்றால், அவர் மிகச் சிறந்த மனிதர். அவரது பதினான்கு வருட ஆட்சியில் யாரும் அநீதியாகக் கொல்லப்படவில்லை.

இப்படிப்பட்ட புகழுக்குச் சொந்தக்காரராக இருந்தாலும், அவர் பெண் தன்மை கொண்டவராகக் கருதப்பட்டதாலும், தனது தாயின் கட்டுப்பாட்டில் இருந்ததாலும் தன்னுடைய இராணுவத்தால் அவர் வெறுக்கப்பட்டார். அவருக்கு எதிராக சூழ்ச்சி செய்து, முடிவில் கொல்லப்பட்டார்.

இதற்கு நேர் எதிரான குணங்கள் கொண்ட கம்மோடஸ், செவரஸ், அன்டோனினஸ் காரகல்லா, மாக்சிமினஸ் போன்றவர்களைப் பார்த்தோமென்றால், அவர்கள் அனைவரும் கொடூரத் தன்மையும், மனிதத் தன்மையற்றச் செயல்களையும் காண்பீர்கள். அவர்கள் தங்கள் படை வீரர்களைத் திருப்திப்படுத்த, மக்களுக்கு எதிராக எல்லா வகையான அக்கிரமங்களையும் செய்தார்கள். இதில், செவரஸ் தவிர, மற்றவர்களின் மரணம் மிகவும் மோசமானது. ஆனால், செவரஸிடம் வீரம் இருந்தது. தனது படையினரிடம் நட்பாக இருந்து மக்களை ஒடுக்கினாலும், அவரால் வெற்றிகரமாக ஆட்சி செய்ய முடிந்தது. ஏனெனில், அவரது வீரத்தை மக்கள் வியந்து பார்த்ததோடு, அவரை மதித்தார்கள். ஒரு புதிய இளவரசன் என்ற முறையில் இவரது செயல்கள் சிறப்பாக இருந்தது. நரி, சிங்கம் என இரண்டு மிருகங்களின் குணங்களையும் சேர்த்து எப்படிச் செயல்பட்டார் என்பதை நான் கூற விரும்புகிறேன். இதை ஓர் இளவரசன் பின்பற்ற வேண்டியது அவசியம்.

பேரரசர் ஜூலியனின் சோம்பேறித்தனத்தை அறிந்த செவரஸ், தான் தலைமை வகித்த படையினரை ஸ்லாவோனியாவில் தனக்கு உடன்படுமாறு சமாதானம் செய்தார். அதாவது, பிராய்டோரியன் படைவீரர்களால் கொல்லப்பட்ட பெர்டினாக்ஸின் மரணத்திற்குப் பழிதீர்க்க ரோம்முக்குச் செல்வதுதான் சரியானதென்று எடுத்துக் கூறினான். இந்தக் காரணத்திற்காக அரியணையைக் கைப்பற்றுவது தனது நோக்கமல்ல என்று நம்ப வைத்து அவர்களை ரோமுக்கு வழி நடத்தினான். செவரஸ் ரோமுக்குப் படையுடன் வந்ததை அறிந்து அஞ்சிய செனட் உறுப்பினர்கள் ஜீலியனைக் கொன்று அவரைப் பேரரசராக்கினர். இதன்பிறகு, முழு சாம்ராஜ்ஜியத்திற்கும் பேரரசனாக விரும்பிய செவரஸூக்கு இரண்டு பிரச்சினைகள்

இருந்தன; முதல் பிரச்சினை ஆசியாவில். ஆசிய இராணுவத்தின் தலைவரான நைஜர் தன்னைப் பேரரசராக அறிவிக்க வலியுறுத்தினார். மற்றொன்று பிரச்சினை மேற்கில் அல்பினஸ், அவனும் இந்த அரியணைக்கு ஆசைப்பட்டான். இவர்கள் இருவரையும் மீறித் தன்னைப் பேரரசனாக அறிவிப்பது ஆபத்தானது என அறிந்து, நைஜர் மீது தாக்குதல் நடத்தி அல்பினஸை ஏமாற்ற முடிவு செய்தார். பின்னர், அவர் செனட் தன்னைப் பேரரசராகத் தேர்ந்தெடுக்கப்பட்டதையும், அதன் பெருமை தங்களுடன் பகிர்ந்துகொள்ளத் தயாராக இருப்பதாகவும், அவருக்கு சீசர் என்ற பட்டத்தை வழங்குவதாகவும் அல்பினஸுக்குக் கடிதம் எழுதினார். இதனால், செனட் அல்பினஸை செவரஸின் கூட்டணியாக ஏற்றுக்கொண்டது. இந்த விஷயத்தை அல்பினஸ் உண்மையென்று நம்பினான். ஆனால், செவரஸ் நைஜரைக் கைப்பற்றிக் கொன்று அவர்களின் ராஜ்ஜியத்தைக் கைப்பற்றிய பிறகு, ரோமுக்குத் திரும்பியதும் அல்பினஸ் மீது புகார் அளித்தார். அதாவது, தன்னிடமிருந்து நன்மைகளைப் பெற்றுவிட்டு, துரோகம் செய்து கொல்ல முயல்வதாகக் கூறினார். மேலும் இந்த நன்றியின்மைக்காக செவரஸ் அவரைத் தண்டிக்க வேண்டிய நிலைமைக்குத் தள்ளப்பட்டதாகவும் கூறினார். பின்னர் செவரஸ் பிரான்சில் அல்பினஸைத் தேடிக் கொன்று, அவரிடமிருந்து அவரது அரசாங்கத்தைப் பறித்துக்கொண்டார். இதில், அந்த மனிதனின் செயல்களைக் கவனமாக ஆராய்ந்தால் செவரஸ் சிங்கம் போன்று வீரம் மிக்கவராகவும், நரி போன்று தந்திரமானவராகவும் தெரியும். அதனால்தான், அவர் ஒவ்வொருவராலும் பயந்து மதிக்கப்படுபவராகவும், படை வீரர்களால் வெறுக்கப்படாதவராகவும் இருந்தார். இதனால், ஒரு புதிய இளவரசன் தனது பேரரசை இவ்வளவு சிறப்பாக வைத்திருக்க முடிந்தது என்பதில் ஆச்சரியமில்லை. அவருடைய புகழ் அவருக்குப் பாதுகாப்பாக இருந்தது. ஏனென்றால் அவருடைய வன்முறைக்காக மக்கள் அவரை வெறுக்க முடியாத அளவிற்கு இருந்தது.

ஆனால், அவரது மகன் அன்டோனினஸ் மிகவும் சிறந்த மனிதர் மற்றும் சிறந்த பண்புகளைக் கொண்டவர். அவர் மக்களின் பார்வையில் போற்றக்கூடியவராகவும்,

படை வீரர்களால் ஏற்றுக்கொள்ளப்பட்டவராகவும் இருந்தார். ஏனெனில் அவர் போர்க்குணம் கொண்டவராகவும், சோர்வற்றவராகவும் இருந்தார். அனைத்து மென்மையான உணவுகளையும் வெறுக்கிறார். பிற ஆடம்பரங்களைப் புறக்கணித்தார். இதுவே அவரது படைகள் விரும்பப்படுவதற்குக் காரணமாக அமைந்தது. இருந்தாலும் அவரது மூர்க்கத்தனம், கேள்விப்படாத பல கொடுமைகள் செய்வது போன்ற விஷயம் அதிகமாக இருந்தது. இதனால், பல கொலைகள் செய்தார். அதில், ஏராளமாக ரோம் மக்களையும் அலெக்ஸாண்ட்ரியாவைச் சேர்ந்த அனைவரையும் கொன்றிருக்கிறார். இதன் பொருட்டு, அவர் உலகம் முழுவதும் வெறுக்கப்பட்டார். மேலும் அவரைச் சுற்றியிருந்தவர்கள் அவரைக் கண்டு அஞ்சினர். அப்படியிருந்தும், அவர் தனது இராணுவத்தின் நடுவே ஒரு சிறு படைத் தலைவனால் கொல்லப்பட்டார். இங்கு கவனிக்க வேண்டியது என்னவென்றால், இது போன்ற படுகொலைகளை இளவரசர்களால் தவிர்க்க முடியாது. ஏனென்றால் மரணத்திற்கு அஞ்சாதவர்கள்தான் அவற்றைச் செய்ய முடியும். இதுபோன்று அச்சப்படாமல் கொலை செய்யத் துணிந்தவர்கள் குறைவானவர்களாகவே இருப்பதால் இளவரசன் இது குறித்து பயப்படத் தேவையில்லை. அரச சேவையில் இருப்பவர்கள், இளவரசனின் பணியாட்கள் அல்லது அவரைச் சுற்றி இருப்பவர்களுக்கு எந்தப் பெரிய காயமும் ஏற்படாமல் இளவரசன் கவனமாக இருக்க வேண்டும். அன்டோனினஸ் இந்த விஷயத்தில் அக்கறைகாட்டவில்லை. அதனால், அந்தச் சிறு படைத்தலைவரின் சகோதரரைக் கொன்றார். அந்தப் படைத்தலைவரை அச்சுறுத்தும் வகையில் தினமும் நடந்துகொண்டார். அதே சமயம், அவனைத் தனது மெய்க்காப்பாளராகவும் வைத்துக் கொண்டார். அதுவே அவரது அழிவுக்குக் காரணமாக அமைந்தது.

இப்போது கம்மோடஸ் விஷயத்திற்கு வருவோம். மார்கஸின் மகனாக இவன் தனது பேரரசை எளிதாகத் தக்கவைத்துக் கொண்டிருக்க முடியும். ஏனென்றால், அவர் வாரிசுரிமையில் அறியனையேறியவர். மேலும் அவர் தனது மக்களையும், படை வீரர்களையும் திருப்திப்படுத்த தனது

தந்தை வழியைத் தேர்ந்தெடுக்க வேண்டும். ஆனால், அவர் இயற்கையாகவே கொடூரமாகவும், மிருகத்தனமாகவும் நடந்துகொள்ளக்கூடியவர். அவர் தனது மக்கள் மீது சர்வாதிகாரத்தைச் செலுத்துவதற்காகத் தனது படை வீரர்களை மகிழ்விப்பதற்கும், அவர்களின் சிந்தனையைச் சிதைப்பதற்கும் தனது மதிப்பை இழந்தார். இன்னொரு புறம், தனது கண்ணியத்தைப் பற்றிக் கவலைப்படாமல் கேலிக்கைக்காக கிளாடியேட்டர்களுடன் போட்டி போட்டு வெற்றி பெறுவதை மகிழ்ச்சியாகக் கருதினான். பல முறை தனது நிலை மறந்து தகுதியில்லாமல் மோசமான செய்கைகளைச் செய்து, வீரர்களின் அவமதிப்புக்கு ஆளானார். இதனால், ஒரு தரப்பினரால் வெறுக்கப்பட்டு, மற்றொரு தரப்பினரால் இகழப்பட்டு அவருக்கு எதிராகச் சூழ்ச்சி செய்யப்பட்டு கொல்லப்பட்டார்.

இன்னும் நாம் மாக்சிமினஸின் குணங்களைப் பற்றி விவாதிக்கவில்லை. அவர் மிகவும் போர்க்குணமிக்க மனிதர். ஏற்கெனவே குறிப்பிட்டதுபோல் அலெக்சாண்டரின் பெண்மையால் வெறுப்படைந்து, அவரைக் கொன்று, மாக்சிமினஸை அரியணையில் ஏற்றினார். ஆனால், தனது ஆட்சியை நீண்ட காலத்திற்குத் தக்க வைத்திருக்க முடியவில்லை. ஏனெனில் இரண்டு விஷயங்கள் அவரை வெறுக்கவும், இகழக் காரணமாகவும் அமைந்தன. ஒன்று, அவர் திரேஸில் அவமதித்தது (இது அனைவருக்கும் நன்கு தெரியும், மேலும் ஒவ்வொரு இகழ்ச்சிக்கும் காரணமாகக் கருதப்பட்டது). மற்றொன்று, அவர் தனது ஆட்சியைப் பாதுகாப்பதை விட்டு ரோமைக் கைப்பற்ற நினைத்தது. ஏகாதிபத்திய மனநிலையில் ரோமில் பல இடங்களில் கொடுமைகள் நிகழ்த்தினான். அவனது கொடூர குணத்திற்கு உலகம் முழுவதும் பிரபலமடைந்தான். இதனால் மக்கள் அவர் மீது கோபமாக இருந்ததுடன் அவரைக் கீழ்த்தனமானவர் என்றும் விமர்சித்தனர். அதே சமயம் அவரது காட்டுமிராண்டித்தனத்தைக் கண்டு அஞ்சினர். இவ்வளவும் இருந்த போதிலும் அவருக்கு எதிராக முதன்முதலில் ஆப்பிரிக்கக் கிளர்ச்சி ஏற்பட்டது. பின்னர் ரோம் மக்கள் செனட் உறுப்பினர்களைத் திரட்டிப் போராட்டம், இத்தாலியில் அவருக்கு எதிராக சதித் திட்டம் என்பது

போன்ற விஷயங்களும் நடந்தது. இதில் அவரது சொந்த இராணுவமும் உள்ளடங்கியது என்பது குறிப்பிடத்தக்கது. பின்னர், அவர் அக்விலியாவை முற்றுகையிட்டு, அங்கு அவர் காட்டிய கொடூரம் அனைவரையும் வெறுப்படையச் செய்தது. மேலும் பலர் அவருக்கு எதிராகக் கோபமாக எழுச்சி செய்ததில், அவர் மேலிருந்த அச்சம் போய்விட்டது. அவர் படுகொலை செய்யப்பட்டார்.

ஹீலியோகாபாலஸ், மேக்ரினஸ் அல்லது ஜூலியன் ஆகியோரைப் பற்றி நான் விவாதிக்க விரும்பவில்லை. இவர்கள் தங்கள் ஆட்சியில் வெறுப்பை மட்டுமே சம்பாதித்து, விரைவாக அழிந்தனர். ஆனால், இந்த விவாதத்தை விரும்புகிறேன். அதாவது நமது காலத்தில் இளவரசர்கள் தங்கள் வீரர்களைத் திருப்திப்படுத்துவதில் சிரமப்படுகிறார்கள். ஏனென்றால், அவர்களுக்குச் சில சலுகைகளைக் கொடுக்க வேண்டியிருந்தாலும், அதைச் சரியான நேரத்தில் கொடுப்பதில்லை. மேலும், இந்த இளவரசர்களிடம் இருக்கும் படைகள் ரோமானியப் பேரரசின் படைகளைப் போல அனுபவம் வாய்ந்தவர்களாகவோ திறமையாக நிர்வாகம் செய்யக்கூடியவர்களாகவோ இல்லை. இப்போது இளவரசர்கள் மக்களை விடத் தனது படை வீரர்களைத் திருப்திப்படுத்த வேண்டியது அவசியமாக இருக்கிறது. இதில் துருக்கியர், சோல்டன் விதிவிளக்கு என்பேன். ஏனென்றால், இங்கு படைவீரர்களைக் காட்டிலும் மக்கள் சக்தி வாய்ந்தவர்களாக இருப்பதால், இளவரசர் அவர்களைத் திருப்திப்படுத்துவது மிகவும் அவசியமானது.

மேற்கூறியவற்றிலிருந்து நான் துருக்கியரைத் தவிர்த்திருக்கிறேன். ஏனென்றால், அவர்களது ராஜ்ஜியம் பன்னிரண்டாயிரம் காலாட்படைகள், பதினைந்தாயிரம் குதிரைப்படைகள் என எப்பொழுதும் சுற்றிக்கொண்டிருக்கும். அது அவர்களின் பாதுகாப்பை வலிமைப்படுத்துகிறது. மக்களின் நலனைக் கருத்தில் கொள்ளாமல், இராணுவத்துடன் நட்பாக இருக்க வேண்டிய அவசியம் அவர்களுக்கு ஏற்பட்டது. ஆனால், சோல்டான் ராஜ்ஜியம் மற்ற இளவரசர்களால் ஆளப்படும் நாடு போல் இல்லை. முற்றிலும் படைவீரர்களின் கைகளில் இருப்பதால், அங்கு மக்களைப்

பொருட்படுத்தாமல் இருந்தனர். இங்கும், இளவரசர் இராணுவத்தைத் தன் நண்பர்களாக வைத்துக்கொள்ள வேண்டிய அவசியத்தை மீண்டும் காட்டுகிறது. ஆனால், சோல்டனின் நிலை மற்ற எல்லா சமஸ்தானங்கள் போல் இல்லை என்பதை நீங்கள் கவனத்தில் கொள்ள வேண்டும். ஏனெனில் இது கிறிஸ்தவ சமயம் சார்ந்த நாடாக இருந்தது. எனவே, வாரிசுரிமை மூலம் அமைந்த ராஜ்ஜியமோ அல்லது புதிய இளவரசனால் உருவாக்கப்பட்ட நாடோ என்று அழைக்கப்பட முடியாது. ஏனெனில் பழைய இளவரசனுக்கு வாரிசுகள் இல்லாததால், அதிகாரம் உள்ளவர்களால் அந்தப் பதவிக்குத் தேர்ந்தெடுக்கப்பட்டனர். அதன்பின் வந்த வாரிசுகளையும் பிரபுக்கள் அளவில் வைத்திருந்தனர். இது ஒரு பழங்கால வழக்கமென்று இருந்தாலும், இதைப் புதிய இளவரசனால் உருவாக்கப்பட்ட புதிய நாடு என்று அழைக்க முடியாது. ஏனென்றால் புதிய இளவரசன் சந்திக்கும் சிரமங்கள் எதுவும் இதில் இல்லை. இளவரசர் புதியவராக இருந்தாலும், இந்த நாட்டின் அரசியலமைப்பு மிகப் பழமையானது. அதனால், இங்கு பதவி ஏற்க வருபவர்கள் பரம்பரை அரசப் பதவி ஏற்பது போன்ற வழிவகைகள் வடிவமைக்கப்பட்டிருந்தன.

நான் மீண்டும் விவாதித்துக்கொண்டிருக்கும் தலைப்புக்கு வருகிறேன். நான் கூறுவதை ஆராய்ந்த எவரும் இந்தக் கருத்தை ஏற்றுக்கொள்வார்கள். மேற்கூறிய பேரரசர்கள் வெறுப்பு அல்லது அவமதிப்பு மூலம் அழிவைச் சந்தித்தார்கள் என்பதை ஒப்புக்கொள்வார்கள். ஒரு சில பேரரசுகள் ஒரு வழியில் செயல்பட்டார்கள் என்றால், மற்றவர்கள் வேறு வழியில் செயல்பட்டனர். ஒரு சிலருக்கு அவர்களின் வழி நல்ல முடிவை வழங்கியிருக்கலாம். மற்றவர்களுக்கு மோசமான மகிழ்ச்சியற்றவையாக அமைந்திருக்கும். ஏனெனில், புதிய இளவரசர்களான பெர்டினாக்ஸ், அலெக்சாண்டர், ஆகிய இருவரும் புதிய இளவரசர்களாக இருந்ததால், மார்கஸின் வழியைப் பின்பற்றினால் அவர்களுக்கு ஆபத்தானதாக அது இருந்திருக்கும். அதுபோன்று காரகல்லா, கொமோடஸ், மாக்சிமினஸ் போன்றவர்கள் தங்களிடம் போதிய வலிமை செர்வஸின் வழியைப் பின்பற்றுவது முற்றிலும் தவறான செயலாகும். எனவே, நாட்டின் புதிய இளவரசன் மார்கஸின்

செயல்களைப் பின்பற்ற முடியாது, செர்வஸின் செயல்களைப் பின்பற்றுவது அவசியமில்லை. ஆனால், அவர் தனது நாட்டைப் பாதுகாத்துத் தக்க வைத்துக்கொள்ளத் தேவையான வழிகளையும் பகுதிகளையும் செர்வஸிடமிருந்தும், நாட்டை எப்படி முன்னேற்ற வேண்டும் என்பதை மார்கஸிடமிருந்தும் கற்றுக்கொள்ள வேண்டும்.

அத்தியாயம் XX

இளவரசன் அடிக்கடி பயன்படுத்தும் கோட்டைகள் மற்றும் பிற இடங்கள் அவனுக்குச் சாதகமானதா அல்லது தீங்கு விளைவிப்பதா?

சில இளவரசர்கள் தனது ஆட்சியைப் பாதுகாப்பாக வைத்திருக்க, தங்கள் குடிமக்களை ஆயுதம் ஏந்தவிடாமல் நிராயுதபாணியாக்கியுள்ளனர். மற்ற இளவரசர்கள் தங்கள் குடிமக்களைப் பிரிவுகளால் திசைதிருப்பி வைத்துள்ளார்கள். இன்னும் சிலர் குடிமக்களுக்குள்ளே பகையை வளர்த்திருப்பார்கள். இன்னும் சிலர் தங்கள் அரசாங்கத்திற்கு நம்பாதவர்களை ஆதாயம் காட்டித் தங்கள் வசம் இழுக்க முயற்சித்தார்கள். மேலும் சிலர் பெரும் கோட்டைகளைக் கட்டி, பின்பு அதை அழிக்கவும் செய்தார்கள். இந்த விஷயங்களில் இளவரசர்கள் நாட்டை ஆளும் திறனைப் பற்றி ஏதேனும் ஒரு முடிவு எடுக்கப்பட வேண்டுமென்றால், எளிதில் தீர்ப்புகளை வழங்கிவிட முடியாது. அந்த முடிவுக்கு முன் அந்த நாட்டைப் பற்றிய முழு விபரங்களை அறிந்திருக்க வேண்டும். அதை நீங்கள் ஏற்றுக்கொள்ளும் அளவுக்கு நான் விரிவாகச் சொல்லப் போகிறேன்.

ஒரு புதிய இளவரசன் தனது குடிமக்களை நிராயுதபாணியாக வைத்திருக்கமாட்டான். ஒரு வேளை அவர்கள் நிராயுதபாணியாக இருப்பதைக் கண்டால்,

அவர்களை எப்போதும் ஆயுதத்தோடு இருக்குமாறு பார்த்துக்கொள்வான். ஏனென்றால், அவர்களை ஆயுதம் ஏந்த அனுமதித்தால் இளவரசன் மீது அவர்களுக்கு நம்பிக்கை கூடும். அவரை நம்பாதவர்கள் கூட உண்மையுள்ளவர்களாக மாறுகிறார்கள். உண்மையாக இருப்பவர்கள் மேலும் உண்மையாக இருப்பார்கள். குடிமக்கள் இளவரசனின் ஆதரவாளர்களாக மாறுவார்கள். அதே சமயம் அனைத்து மக்களிடமும் ஆயுதம் ஏந்த அனுமதிக்கக் கூடாது. ஆயுதம் ஏந்தியவர்கள் பலனடைகிறார்கள். மற்றவர்களை எளிதாகக் கையாள முடியும். மேலும் இளவரசன் காட்டும் வேறுபாட்டை அவர்கள் புரிந்துகொள்கிறார்கள். ஆபத்திலிருப்பவர்களுக்குத் தங்கள் பாதுகாப்புக்கு ஆயுதம் தேவைப்படுகிறது என்று உணர்கிறார்கள். அவர்களிடத்திலிருக்கும் ஆயுதங்களைப் பறிக்கும்போது தாங்கள் காயப்படுவோம் என்று அஞ்சுகிறார்கள். இளவரசன் மீது நம்பிக்கையற்றவர்களாக இருப்பவர்கள் மேலும் நம்பிக்கை இழக்கிறார்கள். அவர் மீது தவறான வெறுப்பை வளர்த்துக்கொள்கிறார்கள். அவர்களின் ஆயுதங்களைப் பறித்தால், எப்படியாவது இழந்த ஆயுதத்தைத் திரும்ப பெற முயற்சிப்பார்கள். இது போன்ற சூழ்நிலை வரும்போது இளவரசனும் ஆயுதம் ஏந்தாமல் இருக்க முடியாது. இளவரசன் கூலிப்படையினரிடம் செல்ல வேண்டியதிருக்கும். முன்பே கூறியதுபோல் அவர்கள் நல்லவர்களாகவே இருந்தாலும், சக்தி வாய்ந்த எதிரிகளையோ நம்பிக்கையற்ற குடிமக்களையோ எதிர்த்து இளவரசனுக்குப் பாதுகாப்பு அளிக்க இயலாது. எனவே, நான் விளக்கியது போல், ஒரு புதிய நாட்டை உருவாக்கும் ஒரு புதிய இளவரசன் தனது நாட்டில் ஆயுதங்கள் எப்போதும் இருப்பதுபோன்று பார்த்துக்கொள்கிறான். இவற்றிக்கு வரலாற்றில் நிறைய உதாரணங்கள் உண்டு. ஆனால் ஓர் இளவரசர் ஒரு புதிய நாட்டைக் கைப்பற்றி, அதைத் தனது நாட்டுடன் இணைக்கும்போது, தனக்கு ஆதரவு அளித்தவர்களைத் தவிர கைப்பற்றிய நாட்டின் மக்களின் கைகளில் ஆயுதங்கள் இல்லாமல் பார்த்துக்கொள்கிறான். மேலும் காலத்தையும் சூழ்நிலையையும் இளவரசன் தனக்குச் சாதகமாக அமைத்து, அனைத்து மக்களையும் தனக்காக ஆயுதம் ஏந்துபவர்களாக நிர்வகிப்பது அவசியம்.

புத்திசாலியான நம் முன்னோர்கள் பிஸ்டோயியாவைப் பிளவுபடுத்தியும், பீஸாவை கோட்டைகளாகவும் நிலைநிறுத்திக் கொள்வது அவசியமென்று அறிவுரை வழங்கியுள்ளார்கள். இந்த யோசனையின் மூலம் தங்கள் வரி செலுத்தும் கிளை நாடுகளுக்குள் சண்டை சச்சரவுகளை வளர்த்து அவர்களை எளிதாகக் கட்டுக்குள் வைத்துக் கொள்ள முடியும் என்பது அந்தக் காலத்தில் இத்தாலிக்குப் போதுமானதாக இருந்தது. ஆனால் இன்றைய காலத்திற்கு இந்த யோசனை ஏற்றுக்கொள்ளப்படும் என்று நான் நம்பவில்லை. ஏனென்றால் பிரிவுகளால் எப்போதும் உதவியாக இருக்கும் என்று நம்ப முடியாது. மேலும், பிரிவுகளான நாட்டிலிருந்து எதிரிகள் வந்து இளவரசன் மீது தாக்குதல் நடத்தினால் அவரது நிலைமை மோசமாகும். ஏனென்றால் பலவீனமான மனநிலையில் இருக்கும் நாடுகளுக்கு வெளி சக்திகளிடமிருந்து உதவி கிடைக்கும். அந்த வெளி சக்திகள் நேரடியாக எதிர்க்க விரும்பாததால், பலவீனமான நாட்டைப் பயன்படுத்திக் கொள்ளும். மேற்குறிப்பிட்ட காரணங்களால் வெனிஷியர்கள் வெளியேற்றப்பட்டனர். அவர்கள் துணை நாடுகளான கயல்ப், கிபெலைன் பிரிவுகளை வளர்த்தனர். அவர்களுக்குள் பல சண்டைச் சச்சரவுகள் வந்தாலும், இரத்தம் சிந்த அனுமதிக்கவில்லை. அதே சமயம் அவர்கள் தங்களின் வேறுபாடுகளால் திசைதிருப்பப்பட்டு ஒன்றுமையில்லாமல் இருந்தார்கள். நாம் ஏற்கெனவே பார்த்தது போல் எதிர்பார்த்தபடி நடக்கவில்லை. ஏனென்றால், வைலாவை இழந்த பிறகு, ஒரு பிரிவினர் தைரியத்தை வரவழைத்துக் கொண்டு, நாட்டின் அரசைக் கைப்பற்றினர். இது போன்ற முறைகள் இளவரசனின் பலவீனத்தைக் காட்டியது. ஏனெனில் இது போன்ற பிரிவுகள் ஒரு நல்ல உறுதியான நாட்டில் இளவரசன் அனுமதிப்பதில்லை. இது தனது குடிமக்களைக் கையாள எளிதான முறை என்றாலும், அரசின் அமைதிக் காலங்களில் சரியாகத் தெரியும். ஆனால், போர் சமயங்களில் நாட்டைத் தவறான வழிக்கு இது கொண்டு செல்லும்.

இளவரசர்கள் தங்களுக்கு வரும் சிரமங்களையும் தடைகளையும் நேரடியாகச் சந்தித்து, அதைக் கடந்துசெல்லும்போது மிகச் சிறந்தவர்களாக மாறுகிறார்கள்

என்பதில் சந்தேகமில்ல. குறிப்பாக ஒரு புதிய இளவரசர் மிகச் சிறந்தவராக மாற விரும்பும்போது, பாரம்பரிய வழியாகப் பதவி ஏற்றவர்களை விட அதிகப் புகழ்பெற வேண்டிய அவசியம் ஏற்படுகிறது. அதற்கு, அதிர்ஷ்டத்தின் துணையால் அப்படி அமைந்தால், அந்த இளவரசனுக்கு எதிரிகள் உருவாகிறார்கள். அவரை முறியடிக்கும் விதமாகப் பல சதித் திட்டங்கள் உருவாகும். அவர்களை இளவரசன் வெற்றி கொள்ளும்போது மேலும் உயர்கின்றார். இந்தக் காரணத்திற்காக, ஒரு புத்திசாலி இளவரசன், தனக்கு வாய்ப்பு கிடைக்கும்போது, தனக்கெதிராகப் பகைமையை உருவாக்குவதை வளர்த்துக் கொள்கிறான். பிறகு, அதனை அழிக்கும்போது தான் உயர்ந்தவன் என்ற புகழை அடைக்கிறான்.

இளவரசர்கள், குறிப்பாகப் புதிய இளவரசர்கள், தங்களது ஆட்சியின் தொடக்கக்கட்டத்தில் தன்னை நம்பியவர்களை விட, அவநம்பிக்கையுடன் இருந்தவர்களைத் தங்களுக்கு உதவியவர்களாகக் காண்கிறார்கள். சியன்னாவின் இளவரசரான பேண்டால்ஃபோ பெர்ரச்சி தன் மீது நம்பிக்கை கொண்டவர்களை விட அவநம்பிக்கை கொண்டவர்களால் ஆட்சி செய்தார். ஆனால், இதை வைத்துப் பொதுவான இக்கருத்தைப் பேசிவிட முடியாது. ஏனென்றால் ஒவ்வொரு இளவரசருக்கும் இது மாறுபடக்கூடும். இதில் ஒன்றை மட்டும் கூறிக் கொள்கிறேன். இளவரசன் ஒரு நாட்டைக் கைப்பற்றிப் புதிதாக ஆட்சி அமைக்கும் போது எதிராக இருப்பவர்கள், அவர்களுக்கு ஆதரவு தேவை என்னும் பட்சத்தில் உதவி மிக எளிதாகக் கிடைத்துவிடுகிறது. ஒரு காலக்கட்டத்தில் அவர்கள் இளவரசருக்கு விசுவாசமாக மாற வேண்டிய சூழ்நிலைக்குத் தள்ளப்படுகிறார்கள். ஏனென்றால் இளவரசன் அவர்களைப் பற்றி உருவாக்கிய மோசமான அபிப்பிராயத்தைத் தங்களது செயலால் மாற்ற வேண்டிய அவசியத்தை உணர்கிறார்கள். இதனால், இளவரசர் எப்பொழுதும் அவர்களிடமிருந்து அதிக லாபத்தைப் பெறுகிறார். அதனால், அதிகப் பாதுகாப்புடன் இளவரசனுக்குச் சேவை செய்பவர்கள், அவரது நலன்களைப் புறக்கணிக்கக் கூடும். இந்த விஷயத்தில் ஒரு புதிய இளவரசன் இது போன்ற இரகசிய வழியில் ஒரு புதிய

அரசை அமைக்கின்ற போது அவரை நான் எச்சரிக்காமல் இருக்க முடியாது. ஆதாவது, இளவரசனுக்கு அவர்கள் ஆதரவு அளிக்கத் தூண்டிய காரணங்களை நன்கு சிந்திக்க வேண்டும். அவர் மீது இயற்கையான பாசமாக இல்லாமல், அவர்களுடைய அரசாங்கத்தின் மீதான அதிருப்தியாக இருந்தால், இளவரசன் அவர்களிடம் மிகவும் கஷ்டத்துடனும் சிரமத்துடனும் நட்புடனும் வைத்திருக்கிறார். ஏனென்றால் அவர்களை முழுமையாகத் திருப்திப்படுத்த இயலாது. இதற்கான எடுத்துக்காட்டுகளைப் பழங்காலத்திலிருந்தும், நவீனக் காலத்திலிருந்தும் எடுத்துக்கொள்ளலாம். ஒரு புதிய இளவரசன் முன்னாள் அரசாங்கத்தின் மீது அதிருப்தி கொண்டவர்கள் மீது நட்பு வைத்துக்கொள்வது மிகவுடம் எளிதானது. எனவே தன் அரசின் மீது நம்பிக்கை கொண்ட ஆதரவாளர்களை விட முந்தைய அரசின் மீது அதிருப்தி கொண்டவர்களிடம் நட்பாகப் பழகும்போது நாட்டைக் கைப்பற்றுவதை அவர்கள் ஊக்குவிக்கிறார்கள்.

இளவரசர்கள் தங்களுடைய நாட்டை மிகவும் பாதுகாப்பாக வைத்திருப்பதற்காக, தனக்கு எதிரான திட்டங்களைக் கடினமாக்கவும், முதல் தாக்குதலின் போதே தனக்கான அடைக்கலமான ஒரு இடத்தைச் செயல்படுத்த வேண்டும். ஏனெனில் இதற்கு முன்பு இந்த முறை பயன்படுத்தப்பட்டுள்ளது. அதை நான் பாராட்டுகிறேன். இதற்கு மாறாக, மெஸ்ஸர் நிக்கோலோ விட்டெல்லி (Messer Nicolo Vitelli) சிட்டா டி காஸ்டெல்லோவைக் கைப்பற்றுவதற்காக அங்குள்ள இரண்டு கோட்டைகளை இடித்துத் தகர்த்திருப்பதைப் பார்த்திருக்கலாம். ஆர்பினோவின் பிரபுவான கைடோ உபால்டோ (Guido Ubaldo) செசரே போர்கியாவோடு (Cesare Borgia) யுத்தத்தில் தோல்வியுற்று விரட்டியடிக்கப்பட்டு, தனது நாட்டிற்குத் திரும்பியதும், தனது மாகாணத்திலுள்ள அனைத்துக் கோட்டைகளையும் இடித்தார். போலோக்னாவுக்குத் திரும்பிய பெண்டிவோக்லியும் (Bentivogli) இதேபோன்ற முடிவை எடுத்தார். எனவே, கோட்டைகள் சூழ்நிலைகளுக்கு ஏற்பப் பயனுள்ளவையாகவும் அல்லது பயனற்றவையாகவும் மாறுகின்றன. இதை இப்படித் தெளிவுபடுத்திக் கூறலாம்: வெளிநாட்டுச் சக்திகளை விடத் தன் சொந்த நாட்டின்

மக்களிடம் அதிக பயம் கொண்ட இளவரசன் கோட்டைகளைக் கட்ட வேண்டும். ஆனால், மக்களை விட வெளிநாட்டு சக்தியைப் பற்றி பயப்படுபவர் கோட்டைகளைக் கட்டுவதை விட்டுவிட வேண்டும். ஃபிரான்செஸ்கோ ஸ்ஃபோர்சாவால் (Francesco Sforza) கட்டிய மிலன் கோட்டை, நாட்டிலுள்ள மற்ற எந்தக் கோளாறுகளையும் விட ஸ்ஃபோர்சாவின் அமைச்சரவைக்கு அதிகச் சிக்கலை ஏற்படுத்தியது. இந்தக் காரணத்திற்காகச் சிறந்த கோட்டை என்பது மக்களின் வெறுப்பால் தாக்குதல் நடத்தினாலும் பாதிக்கப்படக் கூடாது. ஏனென்றால் மக்கள் இளவரசனுக்கு எதிராக ஆயுதம் ஏந்தும்போது அவர்களுக்கு எந்த வெளிநாட்டுச் சக்திகளும் உதவிக்கு வராது. இளவரசன் தங்கியிருக்கும் கோட்டைதான் பாதுகாப்பு அளிக்கும். ஃபோர்லி கோமாட்டியின் கணவன் ஜிரோலாமோ மக்களால் கொல்லப்பட்டபோது, அவருக்குக் கோட்டைதான் பாதுகாப்பாக இருந்தது. அந்தக் கோட்டை வலுவாக இருந்ததால், மிலனிலிருந்து உதவி வரும் வரை அத்தகைய சூழ்நிலையை அவர்களால் தாக்குப்பிடிக்க முடிந்தது. இது போன்ற கோட்டைகளை நம் காலத்து இளவரசர்களிடம் காணப்படவில்லை; ஆனால் செசரே போர்கியா தாக்குதல் நடத்திய போது, கோமாட்டியின் எதிரியான மக்கள் செசரேவோடு கூட்டணி வைத்துத் தாக்குதல் நடத்தியதால் அந்தக் கோட்டைகள் பெரிதும் உதவவில்லை. எனவே, **கோட்டைகளை நம்பி அங்கு பாதுகாப்பாக இருக்கிறோம் என்று கருதுவதை விட, மக்களால் வெறுக்கப்படாமல் இருப்பதே பாதுகாப்பானது என்பதை உணர வேண்டும்.** இவற்றையெல்லாம் கருத்தில் கொண்டால், கோட்டைகளைக் கட்டியிருப்பவர்களையும், கோட்டை யில்லாமல் ஆட்சி நடத்துபவர்களையும் நான் புகழ்வேன். ஆனால், கோட்டைகளை நம்பி, மக்களின் வெறுப்பைப் பற்றிக் கவலைப்படாமல் ஆட்சி செய்பவர்களைக் குறை கூறுவேன்.

அத்தியாயம் XXI

ஓர் இளவரசர் புகழ் பெற எப்படி நடந்துகொள்ள வேண்டும்

எந்த ஒரு இளவரசருக்கு நல்ல நிர்வாகத்தைப் போல நன்மதிப்பைப் பெற்றுத்தரக் கூடிய முன்மாதிரி எதுவுமில்லை. நம் காலத்தில் ஸ்பெயினின் தற்போதைய அரசரான அரகோனின் ஃபெர்டினாண்ட்டை (Ferdinand of Aragon) எடுத்துக்காட்டாகக் கூறலாம். ஏறக்குறைய அவர் ஒரு புதிய இளவரசன் போன்றவர் என்றும் கூறலாம். ஏனென்றால் அவர் குறிப்பிட்டுக் கூறமுடியாத அளவிற்குச் சாதாரண அரசராக இருந்தபோதிலும், தனது புகழ், மேன்மை குணத்தால் கிறித்துவ மண்டலத்தின் மிகப் பெரிய அரசனாக உயர்ந்தார். அவருடைய செயல்களைக் கவனித்தால், அவை அனைத்தும் சிறப்பானதாகவும், சில விஷயங்கள் மிகவும் அசாதாரணமானதாகவும் இருப்பதைக் காண்பீர்கள். ஆட்சியின் தொடக்கத்தில் அவர் கிரானடாவைத் (Granada) தாக்கினார். தனக்கான நிலையான ஆதிக்கத்தை அமைத்துக் கொள்வதற்கு அடித்தளமாக அது இருந்தது. இதை எந்தவிதமான அச்சமுமின்றி மிக அமைதியாகவும், எந்த இடையூறுகள் இல்லாமலும் சிறப்பாக அவர் செய்தார். ஏனென்றால் அவர் போரைப் பற்றிய சிந்தனையை கேஸ்டில் பிரபுக்களின் மனத்தில் விதைத்திருந்தார். இதன் மூலம் இளவரசன் தங்கள் மீது அதிகாரத்தைப் பெறுகிறார் என்பதை அவர்கள் உணரவில்லை. அவர் தனது இராணுவத்தைப் பராமரிக்கும் செலவிற்கு ஆலயத்திலிருந்தும்,

மக்களிடத்திலிருந்தும் வரிகளைப் பெற முடிந்தது. மேலும் அந்த நீண்ட போரில் அவர் மற்றவர்களை விட வேறுபட்டவர் என்று அவரது இராணுவம் உணர்ந்ததால், அவரது திறமைக்கு அடித்தளம் அமைந்தது. மேலும், தனது மிகச் சிறந்த திட்டங்களைச் செயல்படுத்த மதத்தை ஒரு கருவியாகப் பயன்படுத்தினான். அவர் தனது மூர்ஸ் (Moors) ராஜ்ஜியத்தை அகற்றுவதற்கும், அவர்களை விரட்டுவதற்கும் இறை பக்தியுடன் தன்னை அர்ப்பணித்தார்; இதைவிடப் போற்றத்தக்க உதாரணம் வேறெதுவும் இருக்க முடியாது. மேலும் அரிதான குணத்தால் அவர் ஆப்பிரிக்காவைத் தாக்கினார், இத்தாலி மீது இறங்கினார், இறுதியாக பிரான்சையும் தாக்கினார்; எனவே அவரது சாதனைகள், போரின் திட்டங்கள் எப்போதும் சிறந்தவையாக இருக்கிறது. மேலும் மக்களுக்குத் தன் மனத்தின் மீது மரியாதை இருக்குமாறு பார்த்துக்கொண்டார். மேலும் தன்னுடைய நாட்டில் தனக்கு எதிராக யாரும் செயல்பட அவர்களுக்கு நேரம் அளிக்காமல், அவருடைய செயல்கள் ஒன்றன் பின் ஒன்றாக இருக்கும்படியும் பார்த்துக்கொண்டான்.

இளவரசர்களுக்குப் பெரிதும் உதவக் கூடிய உதாரணமாக மெஸ்ஸர் பெர்னாபோ டா மிலானோவைவின் (Messer Bernabo da Milano) உள் விவகாரங்களில் அசாதாரணமாக அமைத்ததைக் கூறப்போகிறேன். சிவில் வாழ்க்கையில் எவரேனும் அசாதாரணமான நல்ல விஷயங்களைச் செய்தால் வெகுமதி வழங்கி பாராட்டுவதாகட்டும் அல்லது தவறுகள் செய்தால் தண்டனை வழங்குவதற்கான சில வழிமுறைகளைப் பின்பற்றுவதாகட்டும், இந்த இரண்டிலும் தன்னைப் பற்றி அதிகம் பேச வைத்தார். எல்லாவற்றிற்கும் மேலாக ஒரு இளவரசன் தன்னுடைய செயலின் மூலம் நற்பெயரைப் பெறுவதற்காக ஒவ்வொரு செயலிலும் மரியாதை பெறுபவராக இருக்க வேண்டும்.

ஓர் இளவரசன் ஓர் உண்மையான நண்பனாகவோ அல்லது நேர்மையான எதிரியாகவோ இருந்தால் கூட மதிக்கப்படுவார். அதாவது, எதையும் ஒதுக்காமல் ஒரு தரப்பினருக்கு எதிரியாகவும், மற்றொரு தரப்பினருக்கு ஆதரவாகவும் தன்னை அறிவிக்கும் போதுகூட அவர்

மதிக்கப்படுகிறார். இது நடுநிலையாக நிற்பதை விட மிகவும் சாதகமாக இருக்கும். ஏனென்றால், ஓர் இளவரசனின் வலிமை வாய்ந்த இரண்டு அண்டை நாட்டினர் சண்டையிட்டால், அவர்களில் ஒருவர் வெற்றி பெறுகிறார். அதில், இளவரசன் வெற்றி பெற்றவருக்குப் பயப்பட வேண்டும் அல்லது பயப்படாமல் அவர்களை எதிரித்து நிற்க வேண்டும். இந்த இரண்டு விஷயத்திலும் போரைப் பிரகடனப்படுத்துவதற்கான சந்தர்ப்பத்தையே அது உருவாக்கும். ஏனென்றால், முதல் விஷயத்தில் இளவரசன் போரை அறிவிக்கவில்லை என்றால், வெற்றி பெற்றவரின் கையில் இரையாவீர்கள். மேலும் இளவரசன் தோல்வியுற்றவரைப் பாதுகாக்கவும், ஆதரவு வழங்குவதற்கான காரணமும் இல்லை. இதில், வெற்றி பெற்றவர் சோதனைக் காலத்தில் தனக்கு உதவாத சந்தேகத்திற்குரிய உதவ முன்வராத நண்பர்களை ஒதுக்கி வைப்பார். இதனால், நடுநிலையாக இளவரசன் வெற்றி பெற்றவரால் ஒதுக்கப்படுவார். நடுநிலையாக இளவரசன் தோல்வியுற்றவர்களுக்கு அடைக்கலமோ, புகலிடமோ கொடுக்கமாட்டார்கள். அதனால், நடுநிலையான இளவரசன் தகுந்த வலிமையிருந்தும், அவர் கையில் வாளுடன் வீரமாக இருந்தாலும், அவரை அண்டை நாட்டவரும், சொந்த மக்களும் மதிக்கமாட்டார்கள்.

ஆன்டியோகஸ் ரோமானியர்களை விரட்டியடிப்பதற்காக எயிடோலியர்களால் (Ætolians) கிரேக்கத்திற்கு அனுப்பப்பட்டார். அவர் ரோமானியர்களின் நண்பர்களாக இருந்த ஆகாயியன்களிடம் நடுநிலையாக இருக்குமாறு தூது அனுப்பினார். மறுபுறம் ரோமானியர்கள் தங்களுக்கு ஆதரவாக ஆயுதங்களை எடுக்க ஆகாயியன்களை வற்புறுத்தினார்கள். இந்தக் கேள்வி ஆகாயியன்களின் சபையில் விவாதிக்கப்பட்டது. அங்கு ஆன்டியோகஸின் தூதுவினர் அவர்களை நடுநிலையாக நிற்க வலியுறுத்தினார். இதற்கு ரோமானியக் குழுவினர் த்தரணி பதிலளித்தார்: "எங்கள் போரில் தலையிடாதது உங்கள் அரசுக்கு நல்லது. உங்கள் நாட்டிற்குச் சாதகமானது என்று அறிவுரை கூறுகிறோம். இதில் தவறேதும் இல்லை. ஏனென்றால், தலையிடாமல் இருப்பதன் மூலம், உங்கள் மீது தயவுகாட்டி வெற்றியாளரால் பாதிக்கப்படாமல் இருப்பீர்கள். எனவே, உங்கள் நண்பராக

இல்லாதவர் உங்களை நடுநிலையாக இருக்கக் கோருவது எப்போதும் நடப்பதுதான். அதே நேரத்தில் உங்கள் நண்பராக இருப்பவர் போர் அறிவிக்கும்போது ஆயுதங்களுடன் தயாராக உங்களுடன் இருப்பார். ஆனால், மன உறுதியற்ற இளவரசர்கள், தற்போதைய ஆபத்துகளைத் தவிர்க்க, பொதுவான நடுநிலையான பாதையைப் பின்பற்றுவார்கள். அந்த வழியில் அழிந்தும் போகிறார்கள். ஆனால், இளவரசன் ஒரு தரப்புக்கு ஆதரவாக தைரியமாக அறிவிக்கும்போது, அவன் யாருடன் கூட்டணி வைத்திருக்கிறானோ அவர்கள் வெற்றி பெற்றால், வெற்றி பெற்றவர் பலசாலியாக இருந்தாலும், ஆதரவு தந்த இளவரசனின் கருணை என்பார்கள். வெற்றி பெற்றவன் ஆதரவு கொடுத்த இளவரசனுக்கு என்றும் கடமைப்பட்டிருக்கிறான். இதன்மூலம் இருவருக்கு நல்ல நட்புறவு உருவாகிறது. உதவியவரை ஒடுக்குவதன் மூலம் நன்றி யின்மையின் நினைவுச்சின்னமாக எந்தவொரு ஆண் மகனும் விரும்பமாட்டார். எல்லாவற்றிற்கும் மேலாக வெற்றியாளரின் வெற்றிகள் ஒருபோதும் முழுமையானது கிடையாது. ஆனால் நீங்கள் யாருடன் கூட்டணி வைத்திருக்கிறீர்களோ, அவர் உங்களை இழந்தால், நீங்கள் அவரிடம் சென்று அடைக்கலம் பெறலாம். அவர் உங்களுக்கு உதவ முடியும். மேலும் இளவரசன் ஆதரவளித்தவர் நல்ல நிலைமைக்கு வரும்போது நீங்கள் தோழர்களாக ஆகலாம்.

இரண்டாவதாக விவாதிக்கப்பட்ட விஷயத்தில், இளவரசன் ஒருவரை எதிர்த்துப் போரிடுவதில் விருப்பமில்லாத போது, யார் வெல்வார்கள் என்ற பதற்றம் இல்லாத குணம் உருவாகிறது. இது போன்ற சூழ்நிலையில் இளவரசன் போரில் நேரடியாகப் பங்குபெறாமல், மற்றவரோடு கூட்டணி வைத்துக்கொள்வது விவேகமானது. ஏனென்றால் இளவரசன் மற்றவருக்கு உதவுவதின் மூலம் இன்னொருவரை அழிக்க உதவுகிறார். இளவரசனின் உதவியைப் பெற்றுப் போரிடுபவன் புத்திசாலியாக வெற்றி பெறுவான். அவரின் உதவியில்லாமல் தனது வெற்றி சாத்தியமற்றது என்று நினைக்கும்போது, எதிர்காலத்தில் அவரின் விருப்பப்படி நடந்து கொள்வான். மேலும் இதில் கவனிக்க வேண்டியது என்னவென்றால், ஒரு இளவரசன் போரில் கூட்டணி வைத்துக்கொள்ளும் போது தன்னை விட அதிக சக்தி வாய்ந்த ஒருவருடன் கூட்டணி

வைத்துக்கொள்ளாமல் பார்த்துக்கொள்ள வேண்டும். ஏனென்றால், அவர் வெற்றி பெற்றால், இளவரசன் அவருடைய விருப்பப்படி நடந்துகொள்ள வேண்டும். இளவரசர்கள் அடுத்தவரின் விருப்பப்படி நடந்துகொள்வதை முடிந்தவரை தவிர்க்க வேண்டும். மிலன் பிரபுவுக்கு எதிராக வெனிஷியர்கள் பிரான்ஸூடன் கூட்டணி வைத்துக்கொண்டனர். அதுவே அவர்களின் அழிவுக்குக் காரணமாக இருந்தது. இந்தக் கூட்டணி அவர்களால் தவிர்க்கப்பட்டிருக்கலாம். ஆனால் இதுபோன்று தவிர்க்க முடியாத சூழ்நிலையின்போது, ஃபிளோரண்டைன்களுக்கு நடந்தது போல, போப்பும் ஸ்பெயினும் லம்பார்டியைத் தாக்குவதற்கு இராணுவத்தை அனுப்பியதோடு நிறுத்திக் கொள்ள வேண்டும். மேற்குறிப்பிட்ட காரணங்களுக்காக, இளவரசர் ஏதேனும் ஒரு தரப்பினருக்கு ஆதரவாக இருக்க வேண்டும்.

எந்த ஒரு அரசும் முற்றிலும் பாதுகாப்பான வழிமுறைகளைத் தேர்ந்தெடுக்க முடியுமென்று நினைக்கக் கூடாது. அதற்குப் பதிலாக சந்தேகம் அளிக்கக்கூடிய வழிமுறைகளைக் கூடத் தன்னால் சந்திக்க முடியுமென்ற நம்பிக்கையை வளர்த்துக்கொள்ள வேண்டும். ஏனென்றால் சாதாரண விஷயங்களில் இருக்கும் பிரச்சினையைத் தீர்க்காமல், மற்றொரு பிரச்சினையை தவிர்ப்பதற்கான வழியைத் தேடக்கூடாது. ஆனால் **விவேகம் என்பது பிரச்சினைகளின் தன்மையை எவ்வாறு வேறுபடுத்துவது என்பதை அறிந்துகொள்வது. மேலும், குறைவான தீமை எதிலிருக்கிறது என்பதைத் தேர்வு செய்வதாகும்.**

ஓர் இளவரசன் மற்றவர்களின் திறமைகளை மதிப்பவனாகக் காட்டிக்கொள்ள வேண்டும். மேலும் ஒவ்வொரு கலையிலும் திறமையானவர்களைக் கௌரவிக்க வேண்டும். அதே நேரத்தில், அவர் தனது குடிமக்களை வணிகம், விவசாயம், இன்னும் பிற எல்லாத் துறைகளையும் நடைமுறைப்படுத்தி அமைதியான முறையில் அவர்கள் முன்னேற ஊக்குவிக்க வேண்டும். இதனால் குடிமக்கள் தங்களது உடைமைகளை மேம்படுத்திக்கொள்வார்கள். அரசு தங்களின் சொத்தைப் பறித்துக்கொள்ளாது என்கிற

நம்பிக்கையும் பிறக்கும். வரிகளுக்கு பயந்து வர்த்தகத்தைத் தொடங்குவதில் பயப்படமாட்டார்கள். அதே சமயம் இளவரசர் தனது நகரத்தையோ அல்லது நாட்டையோ கௌரவப்படுத்தும் வகையில் இந்த விஷயங்களையும் வடிவமைப்பையும் செய்ய விரும்புவோருக்கு வெகுமதி வழங்கி கௌரவிக்க வேண்டும்.

மேலும், மக்களை மகிழ்விக்க இளவரசன் ஆண்டுக்குக் குறிப்பிட்ட காலங்களுக்கு விழாக்கள், கலை நிகழ்ச்சிகள் என நடத்த வேண்டும்; மேலும் ஒவ்வொரு நகரமும் குழுக்களாக அல்லது சங்கங்களாகப் பிரிக்கப்பட்டிருப்பதால், இளவரசன் அத்தகைய அமைப்புகளை மதிக்க வேண்டும். சில சமயங்களில் அவர்களுடன் நன்கு பழக வேண்டும். தனது செயல் மூலம் மரியாதைமிக்கவனாகவும், தாராள மனப்பான்மைக்குத் தன்னை ஒரு உதாரணமாகவும் காட்ட வேண்டும். அதே சமயம், தனது பதவிக்கான கம்பீரத்தை நிலைநிறுத்திக் கொள்ள வேண்டும். அதில், எந்தக் காலத்திலும் குறைவது போன்று இருக்கக்கூடாது.

அத்தியாயம் XXII

இளவரசர்களின் பணியாட்களைப் பற்றி

ஓர் இளவரசருக்குத் தனது பணியாட்களைத் தேர்ந்தெடுப்பது சிறிய விஷயம் கிடையாது. அது மிகவும் முக்கியத்துவம் வாய்ந்தது. மேலும் இளவரசன் அவர்களை நல்லவர்கள், கெட்டவர்கள் என்று பாகுபடுத்துவதை விட, தனக்குச் சாதகமாக நடந்துகொள்கிறார்களா என்று ஆராய வேண்டும். எனது முதல் கருத்தானது ஓர் இளவரசன் தன்னைச் சுற்றி இருக்கும் மனிதர்களைக் கவனிப்பதுதான்; பணியாட்கள் திறமையானவர்களாகவும், உண்மையானவர்களாகவும் இருக்கும்போது இளவரசன் புத்திசாலியாகக் கருதப்படுகிறான். ஏனென்றால் அவர் திறமையானவர்களை அங்கீகரித்து, அவர்களை உண்மையானவர்களாகத் தன் அருகில் வைத்திருப்பதுதான். ஒருவேளை பணியாட்கள் உண்மையற்றவர்களாகவோ அல்லது திறமையற்றவர்களாகவோ இருந்திருந்தால் இளவரசன் மீது நல்ல கருத்து உருவாகியிருக்காது. ஏனென்றால் இளவரசன் செய்த முக்கியத் தவறு அவர்களைத் தேர்ந்தெடுத்துப் பணியில் அமர்த்தியதுதான்.

சியன்னாவின் இளவரசரான பண்டோல்ஃபோ பெட்ரூச்சியின் (Pandolfo Petrucci) வேலைக்காரனான மெஸ்ஸர் அன்டோனியோ டா வெனாஃப்ரோவை (Messer Antonio da Venafro) அறிந்தவர்கள் யாரும் இல்லை. வெனாஃப்ரோவைப் போன்ற பணியாளை வேலைக்கு வைத்திருப்பதில் பண்டோல்ஃபோவைப் புத்திசாலி என்று

யாரும் கருதமாட்டார்கள். ஏனெனில் இங்கு புத்தியைப் பயன்படுத்துவதில் மூன்று விதமாகப் பிரிக்கப்படுகிறது. ஒன்று தன்னைத்தானே புரிந்துகொள்வது. மற்றொன்று மற்றவர்களின் திறமையைப் புரிந்துகொண்டு பாராட்டுவது; மூன்றாவது தன்னைப் புரிந்துகொள்ளாமல், மற்றவர்களின் திறமையையும் புரிந்துகொள்ளாமல் இருப்பது. இதில், முதலாவது மிகவும் சிறந்தது. இரண்டாவது நல்லது, மூன்றாவது பயனற்றது. எனவே, பண்டோல்ஃபோ முதல் தரவரிசையில் இல்லை என்றால், குறைந்தது அவர் இரண்டாவது இடத்தில் இருப்பது அவசியம். ஏனென்றால் ஒருவருக்கு நல்லது கெட்டது எது என்பதைத் தீர்மானிக்கும் போது, அவருக்கு அதற்குமுன் அதைத் தீர்மானிக்கும் முயற்சி இல்லை என்றாலும், அவரின் பணியாட்களிடம் உள்ள நல்லதையும் கெட்டதையும் அடையாளம் கண்டுகொள்ள முடியும். அவனிடத்தில் இருக்கும் நல்லதைப் புகழ்ந்து, கெட்டதைச் சரி செய்ய முடியும். இதனால் பணியாட்களால் அவரை ஏமாற்ற முடியாது. அவனும் நேர்மையாக நடந்துகொள்வான்.

ஆனால், ஓர் இளவரசன் தனது பணியாட்களைப் பற்றிய கருத்தை உருவாக்குவதற்கு ஒரு சோதனை உள்ளது. அது ஒருபோதும் தோல்வியடையாது. ஒரு பணியாளன் உங்களுடைய நலனை விடத் தன் சொந்த நலனையே அதிகம் சிந்தித்து, எல்லாவற்றிலும் தன் சொந்த லாபத்தைத் தேடுபவனாக இருக்கும்போது, அந்த மனிதன் ஒரு நல்ல பணியாளாக உருவாகமாட்டான். அவனை நம்பவும் முடியாது. ஏனென்றால், தன் கைகளில் தனது இளவரசனின் பணிகளை வைத்திருப்பவர் தன்னைப் பற்றி ஒருபோதும் நினைக்கக்கூடாது. தனது இளவரசனின் நலனைக் குறித்து மட்டுமே நினைக்க வேண்டும். மேலும், தனது இளவரசனுக்குக் கவலையைத் தரக் கூடிய விஷயங்களிலோ சம்மந்தமில்லாத விஷயத்திலோ ஒருபோதும் கவனம் செலுத்தக்கூடாது.

மறுபக்கம், இளவரசர் தனது பணியாட்களை நேர்மையாக வைத்திருக்க அவர்களைக் கௌரவிக்க வேண்டும். அவரைப் பொருளாதார அளவில் உயர்த்த வேண்டும். அவர்களிடம் அன்போடும், மரியாதையோடும், அக்கறையோடும்

நடந்துகொள்ள வேண்டும். அதே சமயம், இளவரசனின் தலையீடு இல்லாமல் தனியாகச் செய்யத் துணிகிறார்களா என்பதையும் கண்காணிக்க வேண்டும். ஏனென்றால், பணியாட்களுக்குக் கிடைத்த மரியாதையால் அவர்கள் பேராசைக்காரர்களாக மாறிவிடாமல் பார்த்துக் கொள்வது அவசியம். அது அளிக்கப்பட்ட செல்வங்களால் மேலும் பல செல்வங்களை அடைய பணியாட்களை ஆசைப்பட வைக்கும். அது அவர்களை முற்றிலுமாக மாற்றிவிட வாய்ப்புகள் இருக்கிறது. ஆதலால், இளவரசர்களும், பணியாட்களும் ஒருவர் மீது ஒருவர் நம்பிக்கையும், மரியாதையும் வைக்க வேண்டும். ஆனால், அது இல்லையெனில், இருவரில் யாரோ ஒருவருக்குப் பேரழிவைத் தரும்.

அத்தியாயம் XXIII

முகஸ்துதி செய்பவர்கள் எப்படித் தவிர்க்கப்பட வேண்டும்

இந்த முக்கியமான தலைப்பை நான் விட்டுவிட விரும்பவில்லை. ஏனென்றால் இதில் இளவரசர்கள் மிகவும் கவனமாக இல்லாத பட்சத்தில், அவர்களின் பாதுகாப்புக்கு அது ஆபத்தாக முடியும். குறிப்பாக, இளவரசனின் அரசவையிலும், நீதிமன்றத்திலும் முகஸ்துதி செய்பவர்கள் நிரம்பியிருப்பார்கள். அவர்கள் தங்களின் சொந்த விவகாரங்களில் விருப்பமுடையவர்களாகவும், சுயநலமாகவும் இருப்பார்கள். ஒரு விதத்தில் அவர்கள் தங்களைத் தாங்களே ஏமாற்றிக்கொண்டு, பல சிரமங்களில் இருந்து தங்களைப் பாதுகாத்துக்கொள்வதாக நினைப்பவர்கள். இதனால், முகஸ்துதி செய்பவர்கள் பல இடங்களில் அவமதிப்புக்கு ஆளாக நேரிடும். இளவரசன் முகஸ்துதி செய்பவர்களிடமிருந்து தன்னைக் காத்துக்கொள்ள, உண்மையைச் சொல்லுவது இளவரசனுக்குப் புண்படுத்தாது என்பதைப் புரிய வைப்பதைத் தவிர வேறு வழியில்லை. ஆனால் ஒவ்வொருவரும் இளவரசனிடம் உண்மையைச் சொல்லுகிறேன் என்று குறையை மட்டுமே கூறும்போது, அவரின் மீதான மரியாதை குறைகிறது.

எனவே, ஒரு புத்திசாலியான இளவரசன் தனது நாட்டிலுள்ள புத்திசாலிகளைத் தேர்ந்தெடுத்து, அவர்களிடம் மட்டுமே குறைகளைக் கூறும் சுதந்திரத்தைக் கொடுக்க

வேண்டும். பின்னர் இளவரசன் அவர்களிடம் விசாரித்து உண்மைகளைத் தெரிந்துகொள்ள வேண்டும். வேறு எவரிடமும் அதைக் கேட்கக் கூடாது. அந்த புத்திசாலிகளைக் கொண்டு குழுவாக உருவாக்கி அவர்களிடம் இளவரசன் தன் கேள்விகளைக் கேட்டு, அதற்கான கருத்துக்களைக் கேட்க வேண்டும். பின்னர் தனது சொந்த முடிவுகளை எடுக்க வேண்டும். இளவரசன் இந்தக் குழுவினர்களிடம் தனித்தனியாகவும் கூட்டாகவும் பேசுவதற்கான சூழ்நிலையை உருவாக்கித் தர வேண்டும். அவர்கள் எவ்வளவு சுதந்திரமாக பேசுகிறார்களோ, அவ்வளவு அதிகமாக இளவரசன் விரும்பப்படுவார். அதே போல் குழுவினரிடம் ஆலோசனையின் பேரில் எடுக்கப்பட்ட தீர்மானத்தை யாருடைய பேச்சைக் கேட்காமலும் தீர்மானிக்கப்பட்ட காரியத்தைத் தொடர வேண்டும். தன் தீர்மானங்களில் உறுதியாக இருக்க வேண்டும். இல்லையெனில், முகஸ்துதி செய்பவர்களால் இளவரசன் தூக்கி எறியப்படுவார் அல்லது தன் கருத்துக்களை அடிக்கடி மாற்றிக் கொண்டிருப்பவர் என்ற அவப்பெயரை அவர் சம்பாதிக்க வேண்டியதிருக்கும்.

இந்த விஷயத்தில் தற்காலத்திலிருந்து ஓர் உதாரணத்தைச் சொல்ல விரும்புகிறேன். **மாக்சிமிலியனின்** (Maximilian)[*] உள்விவகாரங்களின் செயலாளரான ஃபிரா லூகா (Fra Luca), தனது பேரரசரைப் பற்றி "அவர் யாருடனும் கலந்தாலோசிக்கவில்லை. ஆனால் எதிலும் தனது சொந்த வழியை அமைத்துக்கொள்ளவில்லை" என்று கூறுகிறார். மேலே கூறிய இந்த விஷயத்தை ஆராய்ந்தால் அதற்குப் பேரரசரின் எதிரான போக்குதான் காணரம் என்பது புரியும். இந்தக் கருத்து உள்விவகாரச் செயலாளரிடமிருந்து எழுந்த காரணம், பேரரசர் ஒரு இரகசிய மனிதராக இருக்கிறார். அவர் என்ன செய்கிறார் என்பதை யாரிடமும் தெரிவிப்பதில்லை. அவற்றைப் பற்றிய கருத்துக்களைப் பெறுவதுமில்லை. ஆனால் அவற்றை நடைமுறைப் படுத்தும்போது அறியப்பட்டுக்

---

[*]. மாக்சிமிலியன் I - 1459 இல் பிறந்து, 1519-இல் புனித ரோமானியப் பேரரசின் பேரரசராக இறந்தார். அவர் முதலில் சார்லஸின் மகளான மேரியை மணந்தார். அவரது மரணத்திற்குப் பிறகு, பியான்கா ஸ்ஃபோர்ஸாவை மணந்தார்; இதனால் இத்தாலிய அரசியலில் ஈடுபட்டார்.

கொள்கிறார்கள். அதைச் சுற்றியிருக்கும் மனிதர்கள் உடனடியாகத் குறை சொல்லுகிறார்கள். மேலும் அவருக்கு இணக்கமான மனிதர்களால் அவர் திசைதிருப்பப்படுகிறார். எனவே, அவர் ஒருநாள் செய்யும் செயல்களை மறுநாள் தவறு என்று மாற்ற வேண்டியதாக இருக்கிறது. மேலும் அவர் என்ன விரும்புகிறார், என்ன செய்கிறார் என்பதை யாராலும் புரிந்துகொள்ள முடியவில்லை. அதனால், அவருடைய தீர்மானங்களை யாராலும் ஏற்றுக்கொள்ள முடியவில்லை.

ஆகவே, ஓர் இளவரசன் மற்றவர்களின் ஆலோசனைகளைப் பெற வேண்டும். ஆனால், அவர் விரும்பும் போது மட்டுமே பெற வேண்டும், மற்றவர்கள் விரும்பும் போது அல்ல; அவர் ஆலோசனைகளைக் கேட்கும்போது, அதை வழங்குவதில் மற்றவர்களை ஊக்கப்படுத்த வேண்டும்; இளவரசன் தொடர்ந்து ஆலோசனைகளைக் கேட்கும்போது, அவர் விசாரிக்க விரும்பும் விஷயங்களைப் பற்றிப் பொறுமையாகக் கேட்க வேண்டும்; அதே சமயம், எவர் கூறும் கருத்திலும் உண்மையில்லை என்பதை அறிந்தவுடன், அவர் தனது கோபத்தை வெளிக்காட்ட வேண்டும்.

ஓர் இளவரசன் தனது அறிவாற்றலை வெளிப்படுத்தும்போது தனது சொந்தத் திறமையால் அல்ல, அவரைச் சுற்றி இருக்கும் நல்ல ஆலோசகர்கள் மூலம் வெளிப்படுத்துகிறார் என்று சிலர் நினைப்பார்கள். இது ஏற்றுக்கொண்ட உண்மையான கோட்பாடாக இருந்தாலும், சந்தேகத்திற்கு இடமின்றி அவர்கள் ஏமாற்றப்படுகிறார்கள். ஏனென்றால், புத்திசாலியற்ற இளவரசன் மற்றவர்களின் ஆலோசனைகளைப் பெறமாட்டான். ஒருவேளை புத்திசாலியற்ற இளவரசன் ஒரு விவேகமான மனிதரிடம் அனைத்து விவகாரங்களையும் முழுவதுமாக ஒப்படைத்தால் மற்றவரின் ஆலோசனையின் பேரில் நடந்து கொள்கிறார் என்று கூற வாய்ப்புண்டு. இந்த விஷயத்தில் உண்மையில் அவர் செய்வது நல்லாட்சியாக இருக்கலாம். ஆனால், அது நீண்ட காலம் நீடிக்காது. ஏனென்றால் அத்தகைய ஆலோசகர் குறுகிய காலத்தில் இளவரசரிடமிருந்து அவரது நாட்டைப் பறிப்பார்.

ஆனால், அனுபவமில்லாத ஓர் இளவரசன் ஒன்றுக்கும் மேற்பட்டவர்களிடம் ஆலோசனைகள் பெற்றால், அவனுக்கு ஒருபோதும் ஒன்றுபட்ட ஆலோசனைகள் கிடைக்காது. அவர்களை எப்படி இணைப்பது என்று அவனுக்குத் தெரியாது. ஆலோசகர்கள் ஒவ்வொருவரும் தனது சொந்த நலன்களைப் பற்றியும், சொந்தக் கருத்துக்களைப் பற்றியும் கூறுவார்கள். இளவரசருக்கு அவர்களின் கருத்துக்களை எவ்வாறு கட்டுப்படுத்துவது அல்லது அவற்றில் எதை ஏற்றுக்கொள்வது என்று தெரியாது. மேலும் சிலர் பொய்யானவற்றை நிரூபிப்பதில்தாம் அதிகக் கவனம் செலுத்தி ஆலோசனைகள் வழங்குவார்கள். அவர்கள் இளவரசருக்கு நேர்மையானவர்களாக இருக்கும் பட்சத்தில் ஏற்றுக்கொள்ளலாம். ஆதலால், நல்ல ஆலோசகர்கள் என்பது இளவரசனின் புத்திசாலித்தனத்தை உயர்த்துபவர்களாக இருக்க வேண்டும். அவர்களிடம் விவகாரங்களை முழுமையாக ஒப்படைக்கவோ, அவர்களிடம் பாடம் கற்றுக்கொள்பவனாகவோ இருக்கக் கூடாது.

அத்தியாயம் XXIV

இத்தாலியின் இளவரசர்கள் ஏன் தங்கள் நாட்டை இழந்தனர்

என்னுடைய முந்தைய பரிந்துரைகளைக் கவனித்தால், ஒரு புதிய இளவரசர் தனது புதிய நாட்டில் நன்கு நிலைநிறுத்துக்கொள்ளவும், நீண்ட நாட்களாகப் பதவியில் இருப்பதைவிடப் பாதுகாப்பாகவும் அதே சமயத்தில் நிலையாகவும் ஆட்சியை அமைக்க முடியும். ஒரு புதிய இளவரசனின் செயல்கள் பரம்பரை வழியாக ஆட்சி செய்பவனின் செயல்களைக் காட்டிலும் மிகவும் கூர்ந்து கவனிக்கப்படுகின்றன. மேலும் புதிய இளவரசன் திறமையாக ஆட்சி செய்யும் பலரின் ஆதரவைப் பெறும்போது, பாரம்பரிய வழியாக அரச இரத்த வாரிசுகளை விட அவர் மீது அதிகப் பற்று வைக்கிறார்கள். ஏனெனில் மனிதர்கள் கடந்த காலத்தை விட நிகழ்காலத்தால் அதிகம் ஈர்க்கப்படுகிறார்கள். மேலும் அவர்கள் நிகழ்கால நன்மைகளை மகிழ்ச்சியுடன் அனுபவிக்கிறார்கள். வேறெதுவும் தேடமாட்டார்கள். ஒரு புதிய இளவரசன் மற்ற விஷயங்களில் தோற்றாலும், குடிமக்களுக்கு மகிழ்ச்சியைக் கொடுத்துக் கொண்டிருக்கும்போது அவர்களின் ஆட்சிக்குப் போதுமான பாதுகாப்பாக இருப்பார்கள். இவ்வாறு ஒரு புதிய நாட்டின் இளவரசன் தனது ஆட்சியை நிலைநிறுத்த நல்ல சட்டங்களாலும், நல்ல இராணுவத்தாலும், நல்ல கூட்டணியாலும், நல்ல முன்னுதாரணமாகத் தன்னை அலங்கரித்து பலப்படுத்திக் காட்டும்போது இரட்டிப்பு மகிமையாகத் தெரியும். அதே சமயம் பாரம்பரிய வழியில்

இளவரசனாகப் பிறந்து, அறிவின்மையால் தனது நாட்டை இழப்பவனுக்கு இரட்டிப்பு அவமானமாக இருக்கும்.

நமது காலத்தில் இத்தாலியின் நேபிள்ஸ் மன்னர், மிலன் பிரபு, இன்னும் பிறரைப் போன்றவர்களைப் பார்த்தால் தங்கள் நாட்டை இழந்ததற்கு முதல் குறைபாடாக அவர்களுடைய இராணுவம் இருக்கும். இது குறித்து நாம் முந்தைய அத்தியாயங்களில் விவாதித்துவிட்டோம். அடுத்த குறைபாடாக அவர்களில் சிலர் மக்களுக்கு விரோதமாகச் செயல்பட்டது அல்லது மக்களிடம் நட்பு கொள்ளாமல் விலகியிருந்தது, பிரபுக்களைப் பாதுகாப்பது எப்படியென்று தெரியாமல் இருந்தது போன்ற காரணங்களைக் கூறலாம். இந்தக் குறைபாடுகள் இல்லாமல் இருந்திருந்தால், அவர்களால் ராணுவத்தில் அதிக கவனம் செலுத்தியிருக்க முடியும். போர்களில் தோற்று நாட்டை இழந்திருக்கமாட்டார்கள்.

மாசிடோனின் பிலிப் (பெரிய அலெக்சாண்டரின் தந்தை அல்ல) டைட்டஸ் குயின்டியஸால் தோற்கடிக்கப்பட்டார். அவர் மீது படையெடுத்து வந்த ரோமானியர்கள் மற்றும் கிரேக்கப் பேரரசுகளின் மகத்துவத்துடன் ஒப்பிடும்போது, டைட்டஸ் அதிக நிலப்பரப்பைக் கொண்டிருக்கவில்லை. ஆனால், அவர் ஒரு போர்க்குணமிக்க மனிதராக இருந்தார். தனது குடிமக்களையும், பிரபுக்களையும் பாதுகாக்க, அவர் பல ஆண்டுகளாகத் தனது எதிரிகளுடன் போரைத் தொடர்ந்தார். இறுதியில் அவர் தனது நாட்டில் சில பகுதியின் ஆதிக்கத்தை இழந்தாலும், அவர் தனது அரசைத் தக்க வைத்துக்கொண்டார்.

எனவே, பல வருடங்களாக ஆண்ட நாட்டை நம் இளவரசர்கள் இழந்ததற்கு அதிர்ஷ்டம் இல்லை என்றோ அல்லது அவர்களின் தலைவிதி என்றோ சொல்லமுடியாது. முழுமுழுக்க அவர்களின் சோம்பல்தான் அதற்குக் காரணம் என்பேன். ஏனென்றால் அமைதியான காலங்களில் ஒரு மாற்றம் நிகழும் என்பதைப் பற்றி அவர்கள் யோசிக்கவில்லை. (இது மனிதர்களின் பொதுவான குறைபாடு. அமைதியான சூழ்நிலையில் புயலுக்கு எதிரான ஏற்பாடுகளைச் செய்வதில்லை.) பின்னர் கெட்ட காலம் வரும்போது, தங்களைத் தற்காத்துக் கொள்ளமுடியாமல்

தப்பி ஓடுவதைப் பற்றி நினைக்கிறார்கள். வெற்றியாளர்களின் அடாவடித்தனமான கொண்டாட்டத்தால் வெறுப்படைந்த மக்கள் தங்களைத் திரும்ப அழைத்து பதவியளிப்பார்கள் என்று அவர்கள் நம்புகிறார்கள். மற்றவர்கள் தோல்வியடையும் போது, இது பாடமாகத் தெரியலாம். ஆனால் நம் நாட்டின் நலனுக்கான எல்லா முயற்சிகளையும் புறக்கணிப்பது மிகவும் மோசமானது. ஏனென்றால் இளவரசர்கள் ஒருபோதும் வீழ்ச்சியடைய விரும்ப மாட்டார்கள், அப்படியே நடப்பதுபோல இருந்தால் தங்களை மீட்டெடுக்க யாராவது வருவார்கள் என்று நம்புகிறார்கள். ஆனால் அவ்வாறு நடக்காது. ஒருவேளை யாராவது வந்து நாட்டை மீட்டெடுக்க இளவரசனுக்கு உதவினால், அது கண்டிப்பாக அவரின் பாதுகாப்பிற்காக இருக்காது. ஏனென்றால் இளவரசன் தன்னை நம்பாத போது அவரின் விடுதலைக்கு எந்தப் பயனும் இல்லை. இளவரசன் தனது வீரத்தையும், தனது இராணுவத்தையும் சார்ந்து நம்பிக்கையுடன் செயல்படுவதே உறுதியானவையாக இருக்கும்.

அத்தியாயம் XXV

ஒரு மனித விவகாரங்களில் அதிர்ஷ்டம் என்ன விளைவை ஏற்படுத்தும் மற்றும் அதை எப்படி எதிர்கொள்வது

இந்த உலகத்தில் பல விவகாரங்கள் அதிர்ஷ்டத்தாலும், கடவுளாலும் நிர்வகிக்கப்படுகின்றன என்ற எண்ணம் பல மனிதர்களுக்கு இருக்கிறது. இன்னும் அப்படித்தான் நடக்கிறது என்று அவர்கள் நினைத்துக் கொண்டிருக்கிறார்கள். அப்படிப்பட்ட மனிதர்களைப் புத்திசாலித்தனத்தால் வழிநடத்த முடியாது, யாரும் அவர்களுக்கு உதவ முடியாது. இதன் காரணமாக, பல விவகாரங்களில் அதிகம் உழைக்க வேண்டிய அவசியமில்லை என்ற எண்ணமும், வரும் வாய்ப்புகள் அவர்களை ஆளுவதற்கான வழியையும் கொடுக்கும் என்று நம்புகிறார்கள். எல்லா மனிதக்கால யூகங்களிலும் ஒவ்வொரு நாளும் பல மாற்றங்கள் காணப்பட்டு, இன்னும் பல மாற்றங்கள் காணக்கூடிய விவகாரங்களில் பெரும் மாற்றங்கள் ஏற்பட்டாலும், இந்தக் கருத்துக்கு எக்காலத்திலும் அதிக வரவேற்புள்ளது. சில சமயங்களில் இதைப் பற்றி யோசிக்கும்போது, நான் அவர்களின் கருத்தையும் ஓரளவு ஏற்றுக்கொள்கிறேன். ஆயினும்கூட, நமது சுதந்திர எண்ணத்தை அதிர்ஷ்டம் அழித்துவிடாமல் பார்த்துக்கொள்ள வேண்டும். **அதிர்ஷ்டம் என்பது நமது செயல்களில் ஒரு பாதியைத்தான் தீர்மாணிக்கிறது என்பதை நான் நம்புகிறேன். ஆனால் மற்றொரு பாதியை நம்மை நாமே**

இயக்குவதற்கு அதிர்ஷ்டம் வழங்கியுள்ளது. அதனால் நம் முயற்சியையும் நாம் நம்ப வேண்டும்.

அதிர்ஷ்டத்தை நான் பொங்கி வரும் நதிகளோடு ஒப்பிட விரும்புகிறேன். வெள்ளத்தில் நீரானது சமவெளிகளில் பெருக்கெடுத்து ஓடுகிறது. மரங்களையும் கட்டடங்களையும் அடித்துச் செல்வதோடு, மண்ணையும் ஒரு இடத்திலிருந்து இன்னொரு இடத்திற்குத் தாங்கிச் செல்கிறது. அதற்கு முன்னால் அனைத்தும் தூசு போன்றதாக மாறுகிறது. எல்லாமே அதன் வன்முறையில் அழிக்கப்படுகின்றன. அதனுடைய இயற்கையான பண்பு அப்படியிருந்தாலும், வானிலை சீராக இருக்கும்போது மனிதர்கள் பாதுகாப்பான தடைகளை உருவாக்கி, வெள்ள நீர் உயரும் போது கால்வாய் வழியாக நீர் கடந்து சென்றால், வெள்ளத்தின் சீற்றம் கட்டுப்படுத்தப்பட்டு, பெரியளவில் ஆபத்து வராமல் இருக்கும். இது போன்றுதான், வாழ்க்கையில் அதிர்ஷ்டத்தின் விஷயத்திலும் நடக்கிறது. வீரம் எந்த இடத்தில் தனது வலிமையால் எதிர்த்து நிற்க முடியவில்லையோ, அந்த இடத்தில்தான் அதிர்ஷ்டம் கட்டுப்படுத்தத் தடையில்லாமல் பாதுகாக்கப்படுகிறது. தன் பலத்தை முழு வலிமையுடன் காட்டி ஈடுபடுத்தி வருகிறது.

இத்தாலியை நீங்கள் கருத்தில் கொண்டால், இந்த மாற்றங்களின் இடமாகவும், மாற்றங்கள் எந்தத் தடைகளும் இல்லாமலும், எந்தப் பாதுகாப்பும் இல்லாமலும் மிக விரைவாகப் பரவப்பட்ட நாடாக இருப்பதைக் காண்பீர்கள். ஜெர்மனி, ஸ்பெயின், பிரான்ஸ் போலச் சரியான வீரத்தால் பாதுகாக்கப்பட்டிருந்தால், இந்தப் படையெடுப்புகளால் அவர்களின் நாட்டுக்குப் பெரிய மாற்றங்களை ஏற்படுத்தியிருக்காது. அதிர்ஷ்டத்தை எதிர்கொள்வதற்குப் பொதுவான கருத்தாக இது போதுமானதாக இருக்குமென நான் கருதுகிறேன்.

ஆனால் குறிப்பிட்ட விஷயங்களைச் சொல்லுவதற்கு என்னை நானே கட்டுப்படுத்திக் கொள்கிறேன். இன்று ஓர் இளவரசன் மகிழ்ச்சியாகக் காணப்படலாம். ஆனால், அவனுடைய இயற்கையான குணம் மாறாமல், பொதுமான திட்டமில்லாமல் இருந்தால், அவர் நாளை

அழிந்து போவதற்கான வாய்ப்புகள் இருக்கிறது என்பதை நான் கூறுகிறேன். இதை நான் முன்பே விரிவாக விவாதித்துவிட்டேன். அதாவது, அதிர்ஷ்டத்தை முழுமையாக நம்பியிருக்கும் இளவரசன், அந்த அதிர்ஷ்டத்தின் நிலை மாறும்போது நாட்டை இழக்கிறார். காலத்திற்கு ஏற்பத் தனது செயல்களையும், சிந்தனைகளையும் மாற்றிக்கொண்டு இயக்குபவனே வெற்றி பெறுகிறார். எவனுடைய செயல்கள் காலத்திற்கு ஒத்துப்போகவில்லையோ, அவன் வெற்றியடையமாட்டான் என்று நான் நம்புகிறேன். மனிதர்களின் பொது குணமென்றால் தனக்கு முன்னால் இருக்கும் செல்வம், பெருமை போன்ற விஷயங்களை அடைவதற்குப் பல்வேறு முறைகளில் செல்வான். ஒரு சிலர் எச்சரிக்கையுடன் செயல்படுவார்கள். மற்றொருவர் அவசரமாகச் செயல்படுவார். ஒருவர் பலத்தால் செய்தார் என்றால், மற்றொருவர் தனது திறமையால் செய்வார்; மேலும் ஒருவர் பொறுமையாகச் செயல்பட்டால், மற்றொருவர் அதற்கு எதிராக நடந்துகொள்வார். இப்படி ஒருவர் ஒவ்வொரு வழிகளில் தங்கள் இலக்கை அடைவதில் வெற்றி பெறுகிறார்கள். மற்றவர் இலக்கை அடைய முடியாமல் தனது முடிவைத் தேடிக்கொண்டு தோல்வியடைகிறார்கள். இரண்டிலும் மனிதர்கள் மிக எச்சரிக்கையாகச் செயல்படுவதைப் பார்க்கலாம். இதேபோல், இரண்டு மனிதர்கள் வெவ்வேறு வழிகளில் சமமான வெற்றி பெற்றிருப்பதைக் காணலாம். ஒருவர் எச்சரிக்கையாகச் செயல்பட்டும், மற்றவர் மூர்க்கத் தனமாகச் செயல்பட்டும் வெற்றி பெற்றிருக்கிறார்கள். இவை அனைத்தும் காலத்திற்கு ஏற்ப தங்கள் முறைகளை மாற்றியோ, அதற்கு இணங்கியோ செயல்பட்ட வழியைத் தவிர வேறொன்றும் இல்லை. நான் முன்பே விவரித்ததுபோல், இரண்டு மனிதர்கள் ஒரே இலக்கையோ அல்லது பொருளையோ அடைவதற்கு வெவ்வேறு வழிகளில் செயல்படுகிறார்கள். இதில், ஒருவர் நினைத்ததுபோல் தனது இலக்கையோ அல்லது பொருளையோ அடைக்கிறார்கள். மற்றவர் அடையவில்லை.

இந்த விஷயத்தால் நாட்டிலும் மாற்றங்கள் நிகழ்கிறது. ஏனெனில், ஓர் இளவரசன் மிகுந்த எச்சரிக்கையுடனும் பொறுமையுடனும் நாட்டை ஆள்கிறானென்றால் அவனது

நிர்வாகம் வெற்றிகரமாக அமையும் வகையில், நேரங்களும், விஷயங்களும் ஒன்றிணைந்தால், அவருக்கு அதிர்ஷ்டமும் உண்டாகிறது. ஆனால் காலத்திற்கும், சூழ்நிலைக்கும் ஏற்ப அவர் தனது போக்கை மாற்றவில்லை என்றால், விரைவில் வீழ்ச்சியைச் சந்திக்கிறார். ஆனால், மனிதன் எதிர்வரும் மாற்றங்களுக்கு ஏற்றவாரு தன்னை மாற்றிக் கொள்வதில் போதிய விழிப்புணர்வைக் காணவில்லை என்பதைப் பார்க்கிறோம். ஏனென்றால் இயற்கையாகவே அவன் செய்ய நினைக்கும் விஷயங்களிலிருந்து அவனால் விலகிச் செல்ல முடியவில்லை. மேலும், எப்போதும் ஒரே மாதிரியாகச் செயல்படுவதன் மூலம், இதைச் சரிசெய்ய முடியாது. எனவே, எச்சரிக்கையுணர்வுடைய மனிதன், சூழ்நிலையால் மாற வேண்டிய நேரம் வரும்போது, அதை எப்படிச் செய்வதென்று தெரியவில்லை. அதனால் அவன் அழிக்கப்படுகிறான். ஆனால் காலப்போக்கில் அவர் தனது நடத்தையை மாற்றினாலும், அவனது அதிர்ஷ்டம் மாறாது.

இரண்டாம் போப் ஜூலியஸ் தனது எல்லா விவகாரங்களிலும் சுறுசுறுப்புடன் பணியாற்றினார். மேலும், அவர் எப்போதும் வெற்றியைச் சந்தித்த அந்தச் செயல்பாட்டிற்குத் தனக்கு நேரங்களும் சூழ்நிலைகளும் மிகவும் நன்றாக ஒத்துப்போவதைக் கண்டார். மெஸ்ஸர் ஜியோவானி பென்டிவோக்லி உயிருடன் இருக்கும்போதே பொலோனாவுடனான அவரது முதல் யுத்தத்தைக் கவனியுங்கள். வெனிஷியர்களுக்கு அந்த யுத்ததில் உடன்பாடில்லை. ஸ்பெயினின் மன்னரும் அந்த யுத்தத்தை ஏற்கவில்லை. மேலும் அவர் பிரான்ஸ் மன்னருடன் யுத்தம் குறித்து விவாதித்துக் கொண்டிருந்தார்; ஆயினும்கூட, போப் தனிப்பட்ட முறையில் தைரியத்தோடும், ஆற்றலோடும் அந்தப் போரில் இறங்கினார். இது ஸ்பெயினையும் வெனிஷியர்களையும் செயலற்ற நிலையில் நிற்க வைத்தது. உண்மையில் வெனிஷியர்கள் பயத்துபோனார்கள். ஸ்பெயின் நேபிள்ஸ் ராஜ்ஜியத்தை மீட்டெடுக்க ஆவலாகயிருந்ததால், போப்பை எதிர்க்கத் தயங்கினர். இன்னொரு பக்கம், போப் பிரான்ஸ் மன்னரின் உதவியைக் கேட்டார். ஏனென்றால் அந்த பிரான்ஸ் மன்னரும் வெனிஷியர்களை அடக்குவதற்காக போப்பைத் தனது நண்பராக மாற்ற

விரும்பினார். அதனால், அவரும் உதவினார். ஆகவே, ஜூலியஸ் தனது வேகமான செயலால், எந்தவொரு போப்பும் செய்ய முடியாத காரியத்தைச் சாதித்தார்; ஏனென்றால், அவர் ரோமை விட்டு வெளியேருவதற்குமுன் எல்லாத் திட்டங்களையும் போட்டு அதற்கான ஏற்பாடுகள் செய்து, அதைச் செய்ய வேண்டுமென்று நினைத்திருந்ததால், இது போன்ற வெற்றியை அவரால் பெற்றிருக்க முடியாது. ஏனென்றால், பிரான்ஸ் மன்னன் உதவாமல் மறுக்க ஆயிரம் சாக்குகள் கூறியிருப்பார். மற்றவர்களும் போப் மனத்தில் ஆயிரம் அச்சங்களை எழுப்பியிருப்பார்கள்.

அவருடைய மற்ற செயல்களும் இது போன்று அவசரத்தில் முடிக்கப்பட்டவை. அவை அனைத்தும் ஒரே மாதிரியாக அவருக்கு வெற்றிகளைப் பெற்றுக் கொடுத்தன. ஏனென்றால் அவரது குறுகிய கால வாழ்க்கையில் எதிர்மாறாக எதையும் சந்திக்கவில்லை. ஆனால் அவர் எச்சரிக்கையுடன் செல்ல வேண்டிய சூழ்நிலைகள் ஏற்பட்டிருந்ததால், அவரது அழிவு தொடர்ந்து வந்திருக்கும். ஏனென்றால் இயற்கையாக அவருக்கு இருக்கும் அவசரப் புத்தியை அவரால் மாற்றிக் கொள்ள முடியாது.

ஆகவே, அதிர்ஷ்டம் மாறக்கூடியது. மனிதர்கள் தங்கள் வழிகளில் உறுதியுடன் இருந்தால் காலமும், சூழ்நிலையும் ஒத்துப்போகும் வரை வெற்றி பெறுவார்கள். ஆனால், அதிலிருந்து விலகும்போது தோல்வியடைவார்கள் என்பதை நான் முடிவாகக் கூறிக்கொள்கிறேன். எச்சரிக்கையுடன் செயல்படுவதை விடச் சாகசமானதாக அவரசத்தில் செயல்படுவது நல்லதென்று நான் கருதுகிறேன். ஏனென்றால் **அதிர்ஷ்டம் என்பது பெண் போன்றவள். அவள் உங்களுக்கு அடி பணிய வேண்டுமென்று விரும்பினால், அவளைப் பலவந்தப்படுத்தவோ அடிக்கவோ தயங்கக்கூடாது. மேலும் சாதாரணமாகச் செயல்படுபவர்களை விட, வீரமான சாகசத்தால் செயல்படுபவனையே தன்னை ஆள அவள் அனுமதிக்கிறாள்.** எனவே, அவள் பெண்தன்மை போன்ற இளைஞர்களை அதிகம் நேசிப்பவள். ஏனென்றால் அவர்கள் குறைவான எச்சரிக்கைத்தனத்தோடு அதிக முரட்டுத்தனமும், அதிக தைரியத்துடனும் அவளை அதிகாரம் செய்வதை விரும்புகிறாள்.

அத்தியாயம் XXVI

காட்டுமிராண்டித்தனத்திலிருந்து இத்தாலி விடுதலை பெறுவதற்கான ஓர் அறிவுரை

மேற்கூறிய சொற்பொழிவுகளையும், விவாதங்களையும் கவனமாகப் பரிசீலித்தீர்கள் என்றால், தற்போதைய காலக்கட்டத்தில் ஒரு புதிய இளவரசன் பதவிக்கு வருவது சரியானதா என்றும், புத்திசாலியான மற்றும் நல்லொழுக்கமுள்ள இளவரசன் புதிய விஷயங்களை அறிமுகப்படுத்த வாய்ப்புள்ளதா என்றும் எனக்குள் ஆராய்ந்து பார்க்கிறேன். அவருக்கு மரியாதையும், இந்த நாட்டு மக்களுக்கு நல்லது செய்வது என்று புதிய இளவரசருக்கு ஆதரவாகப் பல விஷயங்கள் ஒத்துப்போகின்றன என எனக்குத் தோன்றுகிறது. புதிய இளவரசனாக ஜொலிக்க நிகழ்காலத்தை விடப் பொருத்தமான நேரம் இருப்பதாகத் தெரியவில்லை.

மேலும், நான் சொன்னது போல், இஸ்ரேல் மக்கள் சிறைபிடிக்கப்பட்ட போதுதான் மோசேயின் திறமையை வெளிப்படுத்த வேண்டிய அவசியம் ஏற்பட்டது; பெர்சியர்கள் மிடாஸால் ஒடுக்கப்பட்ட போதுதான் சைரஸின் உண்மையான சிறப்பம்சம் தெரிந்தது. ஏதீனியர்கள் சிதறடிக்கப்பட்டதால்தான் தீசஸின் திறன்கள் வெளிச்சத்திற்கு வந்தன. தற்போதைய இத்தாலியின் நற்பண்புகளைக் கண்டறிய, இப்போது இருக்கும் உச்சநிலையிலிருந்து குறைக்கப்பட வேண்டியது அவசியம்.

ஹீப்ருக்களை விட அடிமைகளாகவும், பெர்சியர்களை விட ஒடுக்கப்பட்டவர்களாகவும், ஏதீனியர்களை விட சிதறியவர்களாகவும் இருக்க வேண்டும்; தலைமை இல்லாமல், ஒழுங்கின்றி, கொள்ளையடிக்க அடித்துக்கொண்டு, அழிந்து போய், நசுக்கப்பட்டவர்களாக இருக்கிறார்கள். அனைத்து வகையான வழிகளிலும் பாழடைந்திருக்கிறார்கள்.

சமீபக் காலமாக ஒருவரால் சில வெளிச்சங்கள் காட்டப்பட்டு, அது மக்களை மீட்பிற்காக அவர் கடவுளால் நியமிக்கப்பட்டார் என அவர்களை நினைக்க வைத்தது. ஆயினும்கூட, அவரது செயல்பாடுகள் உச்சத்தின் போது, அதிர்ஷ்டம் அவரை நிராகரித்தது; அதனால், உயிரற்றுப்போன இத்தாலியானது. தன் காயங்களை ஆற்றுவதற்கான ஒருவரின் வருகைக்காகக் காத்திருந்தது. லோம்பார்டியின் கொள்ளையும், அழிவும், நேபிள்ஸிலும் டஸ்கனியிலும் தலைவிரித்தாடும் வரிவிதிப்புக்கு முற்றுப்புள்ளி வைத்து, நீண்ட காலமாக ஆறாமலிருக்கும் புண்களை யாராவது குணப்படுத்த மாட்டார்களா என்று காத்துக்கொண்டிருக்கிறார்கள். இந்தக் கொடுமைகளிலிருந்தும், காட்டுமிராண்டித்தனத்திலிருந்தும், அவமானங்களிலிருந்தும் தங்களை விடுவிக்க யாரையாவது அனுப்புமாறு கடவுளை வேண்டுவதைப் பார்க்க முடிகிறது. யாரேனும் ஒருவர் அவர்களுக்கு எதிராகப் போர்க் கொடியை உயர்த்தினால், அவர்களுக்குப் பின்னால் செல்ல இத்தாலி மக்கள் தயாராக இருப்பது தெரிகிறது.

யாரோ ஒருவரின் தலைமை மீதும், அவரின் ஆற்றல் மீதும், அதன் அதிர்ஷ்டத்தின் மீதும் நம்பிக்கை வைப்பதைவிடக் கடவுள் மீதும், தற்போது தலைமை வகிக்கும் திருச்சபை மீதும் அதிக நம்பிக்கை வைப்பது கடினமில்லை. அவர்கள் மீட்பதில் தலைவராகிறார்கள். நாம் குறிப்பிட்ட மனிதர்களின் செயல்களையும் வாழ்க்கையையும் கருத்தில் கொண்டால் உங்களுக்குப் புரிவது கடினமாக இருக்காது. அவர்கள் பெரிய மற்றும் அற்புதமான மனிதர்களாக இருந்தபோதிலும், அவர்கள் தங்களுக்குக் கிடைத்த சந்தர்ப்பத்தைப் பயன்படுத்திக் கொண்டனர். அவர்களின் வெற்றிக்குக் காரணம் அவர்கள் நியாயமானவர்கள் என்றோ, கடவுளின் நண்பர் என்றோ இல்லை.

நம்மிடம் உள்ளபடியே நியாயம் இருக்கிறது. ஏனென்றால், அந்தப் போர் மிகவும் அவசியமானது. நமக்கு ஆயுதங்களைத் தவிர வேறு வழியில்லாத போது, அதன்மீது நம்பிக்கை வைக்கும்போது அவை புனிதமாகின்றது. எங்கு விருப்பம் அதிகமாக இருக்கிறதோ அந்த இடத்தில் துன்பங்கள் அதிகமாக இருக்காது. அதுவும் சொன்ன கருத்தில் உங்கள் கவனத்தைச் செலுத்தினால் மட்டுமே அது சாத்தியம். இதைவிட, கடவுளின் வழிகளை விடச் சிறந்த உதாரணத்தை எப்படித் தெளிவுபடுத்துவது என்று தெரியவில்லை. முடிந்த அளவில் முயற்சிக்கிறேன். கடல் பிளந்து, மேகம் வழி நடந்து, பாறையில் தண்ணீரைப் பொழிந்தது, அனைத்தும் நமது நன்மைக்காகப் பங்களிக்கிறது. மிச்சமிருப்பதை நாம்தான் செய்ய வேண்டும். கடவுள் எல்லாவற்றையும் செய்யத் தயாராக இல்லை. இதனால் நமது கட்டற்ற விருப்பத்தையும், நமக்குச் சொந்தமான மகிழ்ச்சியையும் அவர் பறித்துக்கொள்ளமாட்டார்.

மேலே குறிப்பிடப்பட்ட புகழ்பெற்ற இத்தாலியர்கள் யாரும் நாம் எதிர்பார்க்கும் அனைத்தையும் நிறைவேற்ற முடியவில்லை என்பதில் ஆச்சரியப்பட வேண்டியதில்லை; – இத்தாலியில் நடந்த பல புரட்சிகளிலும், பல போராட்டங்களிலும் இராணுவத்தின் தர்மம் தீர்ந்து போனது போல் தோன்றுகிறது. ஏனென்றால், பழைய ஒழுங்கு சரியாக இல்லாததால் இது நடந்தது. மேலும் இதற்கு பதிலாகப் புதிதாக ஒன்றை எவ்வாறு கண்டுபிடிப்பது என்று நம்மில் யாருக்கும் தெரியாது. ஒரு மனிதன் புதிதாகப் பதவி ஏறும்போது புதிய சட்டங்களையும், புதிய கட்டளைகளையும் நிறுவுவதைத் தவிர வேறெதுவும் சிறந்ததில்லை. இவை நன்றாக நிறுவப்பட்டு கண்ணியமாக இருக்கும் போது, அவர் மதிக்கப்பட்டு போற்றப்படுவார். மேலும் இத்தாலியில் ஒவ்வொரு வடிவத்திலும் அதைப் பயன்படுத்துவதற்கான சூழ்நிலைகள் இல்லை.

இங்கு கைகால்களில் பெரும் வீரம் இருக்கிறது. ஆனால், தலைதான் செயல்படாமல் தோல்வியடைகிறது. பலம், சாமர்த்தியம், நுணுக்கம் ஆகியவற்றில் இத்தாலியர்கள் எவ்வளவு உயர்ந்தவர்கள் என்று சண்டைகளைக் கூர்ந்து

கவனித்தால் புரியும். ஆனால் இராணுவம் என்று பார்க்கும்போது அதனை எத்தோடும் ஒப்பிட்டுப் பார்க்கமுடியாது. ஆனால், பிரச்சினைகளுக்கு முழுக்க முழுக்க காரணம் தலைவர்களின் பற்றாக்குறையினால் உருவானது. ஏனெனில் திறமையானவர்கள் தலைமைக்குக் கீழ்ப்படிவது இல்லை. மேலும் ஒவ்வொருவருக்கும் தனக்கு எல்லாம் தெரியும் என்ற எண்ணம் மேலோங்கி இருந்தது. இதில் சிறப்பம்சம் கொண்டவர் யாரும் இருந்ததில்லை. மீதமுள்ள வீரம், அதிர்ஷ்டமற்ற சிலர் மற்றவர்களுக்கு அடிபணிந்தார்கள். எனவேதான் கடந்த இருபது வருடங்களாக நடந்த சண்டையின் போதும், முழுக்க முழுக்க இத்தாலிய இராணுவம் வலுவாக இருந்திருந்தாலும், அவர்களின் செயல்கள் மிகவும் மோசமானதாக இருந்தது. கணக்கை எப்போதும் அளித்து வந்தது; இதற்கு உதாரணமாக டாரோ (Taro), அலிஸாண்ட்ரியாவுக்குப் (Allesandria) பிந்தையர்கள், கபுவா (Capua), ஜெனோவா (Genoa), வைலா (Vaila), போலோக்னா (Bologna), மெஸ்ட்ரே (Mestri) போன்றவர்களைக் கூறலாம்.

எனவே, இளவரசன் தனது நாட்டை மீட்டெடுத்த மேற்குறிப்பிட்ட மனிதர்களைப் பின்பற்ற விரும்பினால், அதற்கு முன், தனக்கான உண்மையான அடித்தளத்தை அமைத்துக்கொள்ள வேண்டும். உங்களுக்கென்று சொந்த இராணுவம் இருப்பது அவசியம். தற்போது, வீரர்கள் உண்மையானவர்களாகவும், சிறந்தவர்களாகவும் இருந்தாலும், விசுவாசமானவர்களாக இல்லை. தனித்தனியாக அவர்கள் நல்லவர்களாக இருந்தாலும், தங்கள் மீது அதிகாரம் செய்யக்கூடிய நல்ல இளவரசன் கிடைத்தால் சிறப்பாகச் செயல்பட முடியும். இளவரசனும் தனது செலவில் பராமரிப்பது அவசியம். அப்போதுதான் அவர்களால் சிறப்பாக இருக்க முடியும். எனவே, அத்தகைய இராணுவத்துடன் தயாராக இருந்தால், வெளிநாட்டு சக்திகளிடமிருந்து இத்தாலியைப் பாதுகாக்க முடியும்.

ஸ்விஸ், ஸ்பெயின் நாடுகளின் காலாட்படை மிகவும் வலிமையானதாகக் கருதப்பட்டாலும், இரண்டிலும் ஒரு குறைபாடு உள்ளது. இதன் காரணமாக மூன்றாவது அணி

அவர்களை எதிர்க்க முடியாது என்றாலும், வருங்காலத்தில் அவர்களைத் தூக்கியெறிய வாய்ப்பிருக்கிறது. ஏனெனில், ஸ்பானியர்களின் குதிரைப்படையை எதிர்க்க முடியாது. மேலும் ஸ்விஸ் நாட்டின் காலாட்படையைப் போரில் நேருக்கு நேர் சந்திக்கப் பயப்படுகிறார்கள். இதன் காரணமாக, ஸ்பெயினியர்களால் பிரெஞ்சு குதிரைப்படையை எதிர்க்க முடியவில்லை. மேலும் ஸ்விட்சர்கள், ஸ்பெயின் காலாட்படையால் தூக்கியெறியப்பட்டனர். இரண்டாவதாகக் குறிப்பிட்டதற்கு முழுமையான ஆதாரம் காட்டப்படாவிட்டாலும், ரவென்னா போரில் ஸ்பெயின் காலாட்படை ஜெர்மன் இராணுவத்தை எதிர்கொண்டபோது, ஸ்விஸ் இராணுவம் போன்று சில தந்திரங்களைப் பயன்படுத்திய சில சான்றுகள் இருக்கின்றன. ஸ்பானியர்கள், உடல் வலிமையாலும், சுறுசுறுப்பாலும், தங்கள் கவசங்களின் உதவியாலும், ஜெர்மானியர்களின் கட்டுக்குள் கொண்டு வந்து ஆபத்தில் இருந்து தப்பித்து, தாக்க முடிந்தது. அந்த நேரத்தில் ஜெர்மனியர்கள் உதவியற்றவர்களாக நின்றனர். ஜெர்மனியர்களின் குதிரைப்படை வேகமாக முன்னேறவில்லை என்றால், எல்லாம் அவர்களுடன் முடிந்திருக்கும். எனவே, இந்த இரண்டு காலாட்படைகளின் குறைபாடுகளையும் அறிந்து, குதிரைப்படையை எதிர்த்து நிற்கும்படியும், காலாட்படையினர் பயப்படாமல் இருக்கும்படியும் புதிதாக ஒன்றைக் கண்டுபிடிக்க வேண்டும். இதற்காக முற்றிலுமாகப் புதிதான ஒன்றை உருவாக்க வேண்டும். பழைய ஆயுதங்களைச் சற்று வேறுபாடுகளை உருவாக்கிச் செய்யலாம். இதனால், புதிய இளவரசருக்கு நற்பெயரையும் அதிகாரத்தையும் மேன்மைப்படுத்தும்.

எனவே, இத்தாலி தனக்கு விடுதலையளிக்கக்கூடிய வீரனை இந்தச் சந்தர்ப்பத்தில் இழந்துவிடக் கூடாது. இந்த வெளிநாட்டு சக்தியின் பிடியிலிருந்தும், பழிவாங்கும் தாகத்துடன், உறுதியான நம்பிக்கையுடன், முழு ஈடுபாட்டுடன், கண்ணீர் மல்க பல துன்பங்களை அனுபவித்த நாட்டை விடுக்க வரும் ஒருவரை எப்படி வரவேற்பார்கள் என்று விவரிக்க முடியாது. அப்படிப்பட்டவருக்கு எப்படிக் கதவு மூடும்? அவருக்கு யார்தான் கீழ்ப்படிய மறுப்பார்கள்? அவருக்கு எது தடையாக இருக்கும்? எந்த இத்தாலியர்

அவரை வழிபட மறுப்பார்? நம் அனைவருக்கும் இந்தக் காட்டுமிராண்டித்தனமான ஆதிக்கம் நாற்றமடிக்கிறது. எனவே, நாம் கற்பனை செய்யும் தைரியத்துடனும் நம்பிக்கையுடனும் அந்தப் பொறுப்பை அவர் ஏற்று நடத்தட்டும். இதன் மூலம் அனைத்து நியாயங்களும் நிறுவப்படட்டும். இதனால் நம் நாடு மேன்மையாகட்டும். அந்த வெற்றிக் கொண்டாட்டத்தில் பெட்ராச்சின் (Petrarch) கவிதையைப் போல் மெய்ப்பிக்கட்டும்.

Virtu contro al Furore
Prendera l'arme, e fia il combatter corto:
Che l'antico valore
Negli italici cuor non e ancor morto.

(வீரமிக்க இத்தாலியர்கள் கோபத்தோடு ஆயுதம் ஏந்துவார்கள். போர் துரிதமாக வரட்டும்! இத்தாலியர் இதயத்தில் பழம் பெரும் தீரம் இன்னும் மடிந்து போகவில்லை.)

வி கேன் புக்ஸ் வெளியீடுகள்

வாழ்க்கை வரலாறு

- ★ ஹிட்லர் : ஒரு நல்ல தலைவர் - குகன் ரூ. 70
- ★ ஜெ.ஜெ : தமிழகத்தின் இரும்புப் பெண்மணி - குகன் ரூ. 90
- ★ இனப் படுகொலைகள் - குகன் ரூ. 150
- ★ ஸ்டீஃபன் ஹாக்கிங் : - தாரகேஷ்வர் ரூ. 70
- ★ ஹர்ஷத் மேத்தா என்னும் பணச்சாத்தான் - குகன் ரூ. 133
- ★ கலைஞர் நினைவலைகள் 100 - குகன் ரூ. 80

அரசியல்

- ★ இருவர் : எம்.ஜி.ஆர் vs கருணாநிதி உருவான கதை - குகன் ரூ. 160
- ★ காவிரி ஒப்பந்தம் : புதைந்த உண்மைகள் - வழக்கறிஞர் சி.பி.சரவணன் ரூ.170
- ★ ஆன்மீக அரசியல் - வழக்கறிஞர் சி.பி.சரவணன் ரூ. 200

பொது

- ★ RAW : இந்திய உளவுத்துறை - குகன் ரூ. 160
- ★ டிஜிட்டல் மாஃபியா - வினோத் ஆறுமுகம் ரூ. 120
- ★ CBI ஊழலுக்கு எதிரான முதல் அமைப்பு - குகன் ரூ. 130
- ★ இந்திய அரண்கள் - குகன் ரூ. 110
- ★ கார்பரேட் சாமியார்கள் - குகன் ரூ. 130
- ★ கிரிப்டோகரன்ஸி - வினோத் ஆறுமுகம் ரூ. 110
- ★ டார்க்நெட் - வினோத்குமார் ஆறுமுகம் ரூ. 166
- ★ உளவு ராணிகள் - குகன் ரூ. 110
- ★ கலீலியோ கலீலி - குகன் ரூ. 80

* ரைட் சகோதரர்கள் – குகன் ரூ. 70
* பணக்குட்டி – பிரதீப்செல்லதுரை ரூ. 180
* எந்திர அறிஞன் – வினோத் ஆறுமுகம் ரூ. 150

மர்ம நாவல்

* நந்தகுமார் தற்கொலை? – குகன் ரூ. 100
* மெஜந்தா – பிரதீப் செல்லத்துரை ரூ. 120
* கடவுள் என்னும் கொலைகாரன் – குகன் ரூ. 100
* கற்பழித்தவனின் வாக்குமூலம் – குகன் ரூ. 120
* ஒரு உளவாளியின் கதை – குகன் ரூ. 110

மொழியாக்கம்

* ஷெர்லாக் ஹோம்ஸின் சாகசக் கதைகள்
  - சர் ஆர்தர் கோனான் டாயில்– *தமிழில்: குகன்* ரூ. 390
* ஷெர்லாக் ஹோம்ஸின் நினைவுக் குறிப்புகள்
  - சர் ஆர்தர் கோனான் டாயில்– *தமிழில்: குகன்* ரூ. 400
* EVM: மின்னணு வாக்குப்பதிவு இயந்திரம்:
  ஓர் உண்மைக் கதை – அலோக் ஷுக்லா
  தமிழில்: குகன் ரூ. 350
* இளவரசன் (தி பிரின்ஸ்)
  நிக்கோலோ மாக்கியவெல்லி
  தமிழில்: குகன்   ரூ. 170

English

* Spy Queens - Guhan Kannan   Rs. 150
* The Power of Your Subconcious Mind
  - Dr Joseph Murphy Rs. 210
* Think and Grow Rich - Napoleon Hill   Rs. 250
* The Adventures of Sherlock Holmes
  - Sir Arthur Conan Doyle   Rs. 250